இங்கு பஞ்சர் போடப்படும்

இங்கு பஞ்சர் போடப்படும்

அராத்து

எழுத்து
பிரசுரம்

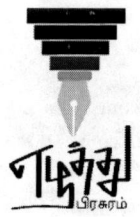

இங்கு பஞ்சர் போடப்படும்
Ingu Puncture Podappadum © 2019 Araathu

First Edition : 2014
First Edition by Ezutthu Prachuram : January 2019
(An imprint of Zero Degree Publishing)
ISBN: 978 93 87707 45 0
Title No. EP: 37

All rights reserved. No part of this publication may be reproduced, stored in a retrieval system, or transmitted, in any form or by any means, electronic, mechanical, photocopying, recording, psychic, or otherwise, without the prior permission of the publishers.

Zero Degree Publishing
No. 55(7), R Block, 6th Avenue,
Anna Nagar,
Chennai - 600 040

Website : www.zerodegreepublishing.com
E Mail   : zerodegreepublishing@gmail.com
Phone   : 98400 65000

Cover Art : Hasif Khan
Cover Design & Layout : Creative Studio
Printed at: clictoprint | *Chennai-600 018.*

சார்லஸ்,
ஆனந்த விகடன்

இங்கு பஞ்சர் போடப்படும் இதுதான் முதன்முதலில் நான் எழுதி அச்சு இதழில் வெளிவந்த தொடர். ட்விட்டரில் நான் எழுதுவதை கவனித்து விட்டு, மோட்டார் விகடனில் நகைச்சுவையாக ஒரு தொடர் எழுத முடியுமா எனக் கேட்டு வாங்கி போட்டவர் மோட்டார் விகடன் ஆசிரியராக இருந்த திரு.சார்லஸ். மோட்டார் விகடன் ஒரு ஆட்டோமொபைல் இதழ். அதில் இதைப்போன்ற நகைச்சுவைக் கட்டுரைகள் வெளியிட தைரியம் வேண்டும். இந்த முயற்சி இந்திய ஆட்டோமொபைல் இதழ்களிலேயே முதல் முயற்சி. இந்த முயற்சியை அங்கீகரித்து உத்வேகம் கொடுத்தவர் விகடன் ஆசிரியர் திரு ரா.கண்ணன். புதுமையாக எதைச் செய்தாலும் வரவேற்கும் தமிழக மக்கள் இந்த முயற்சிக்கும் ஆதரவளித்தார்கள்.

திரு.ஹாசிஃப்கான் தொடர்ந்து ரகளையான ஓவியங்கள் வரைந்து அதகளப்படுத்தினார். இந்த தலைப்பைத் தேர்ந்தெடுத்தது திரு.சார்லஸ்.

இந்த கட்டுரைகள் வெளியான பிறகு ஃபேஸ்புக்கிலும் பகிரப்பட்டு பல ஐடிக்கள் ரசித்தன.

அதுவரை மோட்டார் விகடன் இதழ்களை வாங்கியிராத சில நண்பர்கள் நான் எழுதுவதால் தொடர்ந்து வாங்கி ஊக்கப் படுத்தினார்கள். அனைவருக்கும் நன்றி.

அராத்து
araathu@outlook.com

1

வாகனங்களின் மூலமாக வாழ்க்கையில் பல்வேறு விதமான காமெடிகளை நாம் சந்தித்து இருப்போம். அந்த நேரத்துக்கு அது நமக்குக் கடுமையான மன உளைச்சலைத் தந்திருந்தாலும், அந்தக் கதையை வேறு யாரிடமாவது சொன்னால், விழுந்து விழுந்து சிரிக்கக்கூடியதாக இருக்கும். அது, கவர்ந்திழுக்கும் விளம்பரங்கள் வாயிலாக நடந்திருக்கலாம்; வண்டியை சர்வீஸ் விடும்போது நேர்ந்திருக்கலாம்; வேறு யாருக்காவது லிஃப்ட் கொடுக்கையில் சந்தித்திருக்கலாம்; வாகனத்தை இரவல் கொடுக்கையில் அனுபவித்திருக்கலாம். இந்த ரியல் லைஃப் காமெடிகளைப் பகிர்ந்துகொள்வதே இந்த ஜெட் வேக கட்டுரைத் தொடரின் நோக்கம்.

இன்றைய நடுத்தட்டு மற்றும் மேல்தட்டு இளைஞர்களுக்கு, முதியோர் உதவித் தொகை வாங்குவது எவ்வளவு கடினம்; பழங்குடியினர் என சாதிச் சான்றிதழ் வாங்குவது எத்தகைய சிரமங்கள் நிறைந்தது; இதற்கு எல்லாம் எத்தனை முறை அலைய வேண்டும்; எப்படி எல்லாம் அலைக்கழிப்பார்கள்; எவ்வளவு அலட்சியமாகப் பதில் சொல்வார்கள் என்றெல்லாம் தெரியாது அல்லவா? நாளைய இந்தியாவை ஆளும் இளைஞர்கள், இப்படி

இங்கு பஞ்சர் போடப்படும்

நம் நாட்டில் நடக்கும் கொடுமைகளைத் தெரிந்து கொள்ளாமல் வளரலாமா? வளரக் கூடாது. எனவே, இந்த அவலங்கள் அவர்களுக்கும் தெரிய வேண்டும் என்ற நல்ல எண்ணம் மற்றும் சமூகப் பொறுப்போடு செயல்பட்டு வரும் மோட்டார் சைக்கிள் தயாரிப்பு நிறுவனம்தான் ராயல் என்ஃபீல்டு.

நிகழ்ந்த அக்டோபர் மாதம் 2011 வருடம், புத்தி சுவாதீன யோகம், சித்தம் கலங்கிய தினத்தில்... ராயல் என்ஃபீல்டு புல்லட் வாங்கலாம் என முடிவு எடுத்தேன். எனக்கே தெரியாமல் என் உள்மனம் வேலை செய்யும். ஏதாவது டார்ச்சரில் மாட்டப் போகிறேன் என்றால், தனியாகச் சிக்க மாட்டேன். இரண்டு பேரோடு சேர்ந்துதான் சிக்குவேன். இரு நண்பர்களிடம் போனில் பேசினேன். "மூணு பேரும் சேர்ந்து ராயல் என்ஃபீல்டு பைக் புக் பண்றோம். எப்படியாவது பேசி டிசம்பர் 25க்குள் டெலிவரி எடுக்குறோம். நியூ இயருக்கு பைக்லயே கோவா போறோம். ரஷ்யா பொண்ணுங்களோட டான்ஸ், டேட்டிங்னு பின்றோம்" என என்ஃபீல்டுக்கு சம்பளம் இல்லா சேல்ஸ் பர்ஸன் போல மார்க்கெட்டிங் செய்தேன். 'ரஷ்யப் பொண்ணுங்க... டேட்டிங்' என்றதும் இரண்டு விக்கெட்டுகள் உடனே காலி. அடுத்த அரை மணி நேரத்தில் இரு நண்பர்களும் என் அலுவலகத்துக்கே வந்துவிட்டனர்.

புக்கிங் செய்தால் உடனே கொடுக்க மாட்டார்கள் எனக் கேள்விப்பட்டு இருந்ததால், சென்னையில் உள்ள அனைத்து டீலர்களுக்கும் போன் அடித்தேன்.

"ஹலோ!"

"என்ஃபீல்டு பைக் வாங்கணுங்க."

"ஓகே. ஷோ ரூம் வாங்க சார், உடனே புக் பண்ணிடலாம்."

"வர்றேன். ரெடி கேஷ் இருக்கு, பைக் எப்ப கிடைக்கும்?"

"ஹி... ஹி... கொஞ்ச நாள் வெயிட் பண்ணணும் சார், ஒரு ஆறு மாசம்..."

அராத்து

"ஆறு மாசமா?"

"இல்லை இல்லை, ஆக்ச்சுவலா எட்டு மாசம். நம்ம கிட்டன்னா ஆறு மாசம்தான். உங்களுக்காக (ஏன்னா நான் மச்சான்!?) நாலு மாசத்துல குடுக்க ட்ரை பண்ணலாம் சார்."

மனதைத் தளரவிடாமல், புதுவை, வேலூர், ஓசூர் என மாறி மாறி போன் அடித்துப் பார்த்தேன். இதே ஸ்டீரியோ டைப் ஆன்ஸர்தான்.

சரி, நேரா மோதிப் பார்த்துடுவோம் என மூன்று பேரும் பெசன்ட் நகரில் என்ஃபீல்டு நிறுவனமே நடத்தும் ஷோ ரூமுக்குப் படை எடுத்தோம். 'ஆசைப் பட்ட எல்லாத்தையும் காசிருந்தால் வாங்கலாம். என்ஃபீல்டை வாங்க முடியுமா' என்ற பாடல் மனசுக்குள் கேட்டது.

தாசில்தாரைப் பார்ப்பதுபோல சிறிது நேரக் காத்திருப்புக்குப் பின், ஷோரூம் மேனேஜரைச் சந்திக்கும் வாய்ப்பு வழங்கப்பட்டது. "நாங்க மூணு பேர் இப்பவே மூணு பைக் புக் பண்றோம். டிசம்பர் 25ம் தேதிக்குள் வேணும். நாங்க நியூ இயருக்கு பைக்கில் கோவா போவதாக பிளான்!" என்று படபடவெனச் சொல்லி முடித்தேன்.

"ஆக்ச்சுவலா எட்டு மாசம் வெயிட்டிங் டைம். ஆனா, உங்களுக்காக நிச்சயம் முயற்சி பண்ணலாம். உடனே புக் பண்ணுங்க, டச்சுல இருங்க, பெஸ்ட் பண்ணித் தரேன்" என்று என்னைவிட பட்பட பட்பட எனச் சொல்லி முடித்தார்.

ராயல் என்ஃபீல்டு புல்லட் பைக் புக் செய்ததே ஒரு பெரும் சாதனை போலத் தோன்றியதால், அன்று இரவு பார்ட்டி. ஆறு ரஷ்யப் பெண்கள் என்னுடன் புல்லட்டில் வருவது போலவும், அவர்களுடன் ஸ்கூபா டைவிங் அடிப்பது போலவும் இரவு கனவு கண்டேன்.

புக்கிங் வைபவம் நடந்து முடிந்து கிட்டத்தட்ட ஒரு மாதம் கழித்து, 'டெஸர்ட் ஸ்டார்ம்' பைக்கின் விளம்பரம் கண்டேன். புது ரிலீஸ்! அடித்துப் பிடித்து ஷோ ரூம் ஓடி, "மாடல் மாற்ற

வேண்டும்" என்றேன். அப்போது மேனேஜர் இல்லை. ரிலீவ் ஆகிச் சென்றுவிட்டார் என்றார்கள். "நீங்கள் மாடல் மாற்றினாலும் பைக் விரைவில் கிடைத்துவிடும். ஏனென்றால், விளம்பரமே இப்போதுதானே கொடுக்கிறார்கள். அதற்குள் நிறைய புக்கிங் ஆகி இருக்காது. உங்களுக்கு விரைவில் கிடைத்துவிடும்" என்று சேல்ஸ் எக்ஸிக்யூட்டிவ் கூறினார். நானும் மாடல் மாற்றிவிட்டு வந்துவிட்டேன்.

2011 டிசம்பர் மாதம் போன் செய்தேன். செய்தோம். புதிதாக யாரோ பேசினார்கள். நாங்கள் பழைய மேனேஜரிடம் பேசியதை எல்லாம் சொன்னோம். அதற்கு, "அவரு இல்லைங்க. எங்களுக்குத் தெரியாது" என்று பொறுப்போடு பதில் சொன்னார்கள்.

இடைப்பட்ட காலத்தில், நண்பர்களில் ஒருவர் ராயல் என்ஃப்லீட் பைக்கை கேன்சல் செய்துவிட்டு கார் வாங்கி விட்டார். இன்னொருவர் வேறு பைக்கையே வாங்கி விட்டார். டிசம்பர் கழிந்து, ஜனவரி பிறந்து மாதங்கள் பல உருண்டன. நான் மட்டும் திக்குத் தெரியாத காட்டில் கன்னிப் பெண் போல் காத்திருக்க ஆரம்பித்தேன்.

2012 மே மாதம் மீண்டும் போன் அடித்தேன்.

"வரிசையா எல்லாருக்கும் கொடுத்துட்டு இருக்காங்க. உங்களைக் கூப்பிடுவாங்க, வெயிட் பண்ணுங்க!" என்றனர்.

வேறு வேலையில் பிஸியாக இருந்தபோது, ஆகஸ்ட் மாதம் கால் வந்தது. "என்ஃபீல்ட்ல இருந்து பேசுறோம்" என்றார்கள். மிக்க மகிழ்ச்சி அடைந்தேன்.

"சொல்லுங்க மேடம்..."

"சார், நீங்க பைக் புக் பண்ணி இருக்கீங்களா?"

"ஆமா!"

"என்ன மாடல்?"

"டெஸர்ட் ஸ்டார்ம்..."

அராத்து

"ஓகே சார், தேங்க் யூ" எனச் சொல்லி கட் செய்யப் பார்த்தார்.

"ஹலோ, விளையாடறீங்களா? பைக் எப்ப டெலிவரி?"

"இல்லை சார். தெரியலை..." என்றார்.

நான் கத்தியவுடன், "இந்த மாத இறுதிக்குள் பைக் கொடுத்து விடுகிறோம்" என்றார்.

காத்திருக்க ஆரம்பித்தேன். 2012 டிசம்பர் 15ம் தேதி வாக்கில் திரும்ப நேரில் சென்றேன். "நாங்க கால் பண்ணி இருப்போம், நீங்க அட்டெண்ட் பண்ணி இருக்க மாட்டீங்க" என அசால்டாகச் சொன்னார் மேனேஜர்.

"ஹலோ நான் ரெகுலர் டச்ல இருக்கேன். கதை விடாதீங்க" என்றேன்.

கடைசியாக மேனேஜர் சொன்னார், "சார், இப்போ டிசம்பர். இந்த வருஷம் 2012 மேனுஃபேக்சர் ஆன பைக் எல்லாத்தையும் சேல்ஸ் பண்ணிட்டோம். எந்த டீலர்கிட்டேயும் 2012 பைக் இருக்காது. ஒரு மாசம் வெயிட் பண்ணுங்க. ஜனவரி 10 தேதி நேர்ல வாங்க, 2013 மேனுஃபேக்சர் பைக் கொடுத்துடலாம்" என்றார்.

கரெக்டாக 2013 ஜனவரி 10 அன்று, தண்டையார்பேட்டை என்ஃபீல்டு டீலரிடம் இருந்து போன் வந்தது. "சார், உங்க புக்கிங்கை இங்கே டிரான்ஸ்ஃபர் செஞ்சிருக்காங்க. பணம் மொத்தத்தையும் கொடுத்தா ரெண்டு நாள்ல பைக் எடுத்துக்கலாம்" என்றனர். பணம் 1.7 லட்சம் மொத்தத்தையும் அவர்கள் அக்கவுன்ட்டில் கட்டிவிட்டேன். திரும்பவும் கிணற்றில் போட்ட கல்.

நானே 2103 ஜனவரி 20 தேதி கூப்பிட்டேன். ஒருவர் என்னிடம் என்ன ரிஜிஸ்ட்ரேஷன் நம்பர் வேண்டும் எனக் கேட்டு எழுதிக் கொண்டார். ஜனவரி கடைசியில் மீண்டும் ஒருவர் அழைத்தார். "சார், 2012 மேனுஃபேக்சர் பைக்தான் இருக்கு. 2013க்கும் 2012க்கும் ஒரு வித்தியாசமும் இல்லை" என ஏதோ சித்தர் போலப் பேசினார்.

இங்கு பஞ்சர் போடப்படும்

சும்மா ஒரு பேச்சுக்காக, "அப்படின்னா எப்ப பைக் கிடைக்கும்?" என்று கோபமாக கேட்டேன். "நாளை கால் பண்ணி, என்ன டாகுமென்ட்ஸ் அனுப்பணும்னு சொல்றேன்" எனக் கூறி கட் செய்தார். வழக்கம் போல கால் வரவில்லை.

ஷோ ரூமுக்குப் படையெடுத்து, விடுவிடுவென விட்டதில்... அடுத்த அரை மணி நேரத்தில் ஏரியா சேல்ஸ் மேனேஜர் எனச் சொல்லிக் கொண்டு ஒருவரிடம் இருந்து போன் வந்தது. இங்கேதான் ஒரு ட்விஸ்ட். இவர் யார் என்றால், நான் புக் செய்தபோது இவர்தான் மேனேஜர். அவர் ஷோரூம் மேனேஜராக இருந்து பல ப்ரமோஷனைத் தாண்டி சீஃப் ஏரியா மேனேஜராகவே ஆகிவிட்டிருந்தார். ஆனால், எனக்குத்தான் பைக் டெலிவரி ஆகவில்லை.

ரொம்பவும் டிப்ளமாட்டிக்காகப் பேசினார். நடவடிக்கை எடுப்பதாகக் கூறினார். இரண்டு நாட்கள் காத்திருக்கும்படி சொன்னார். தண்டையார்பேட்டை டீலரை என்ன சுளுக்கு எடுத்தாரோ, அவர்கள் அடித்துப் பிடித்து போன் செய்து, "2012ம் ஆண்டு பைக் ரெடியா இருக்கு. எடுத்துக்கோங்க..." என்றனர்.

"எனக்கு 2103 பைக்தான் வேணும்" என்றேன். கம்பெனி ஷோரூமில் இருந்து என் புக்கிங்கை இங்கே டிரான்ஸ்ஃபர் செய்துவிட்டு, தன் மேல் பழி இல்லாமல் பார்த்துக்கொண்ட நிர்வாகத்தை நினைத்து வியப்புதான் மேலிட்டது. "பணத்தைத் திரும்பக் கொடுத்துவிடுகிறோம். 2013 மாடல் பைக் வந்ததும் கொடுக்கிறோம்" என்றனர்.

• "பணத்தை நீங்களே வச்சுக்கோங்க, பைக் வந்ததும் குடுங்க" எனச் சொல்லிவிட்டு வந்துவிட்டேன். பத்து நாட்களுக்குள் தண்டையார்பேட்டை டீலரிடம் இருந்து கால். "பைக் ரெடி சார்!"

அதே நாளில் இன்னொரு திடுக்கிடும் சம்பவம். பெசன்ட் நகர் கம்பெனி ஒரிஜினல் ஷோ ரூமில் இருந்து, "பைக் ரெடி, கேஷ் பேமென்ட்டா, லோனா?" என்று போன். கம்பெனி, சிஸ்டமாக இயங்குவதை நன்கு பாராட்டினேன்.

14

அராத்து

பிப்ரவரி 14ம் தேதி பைக் ரிஜிஸ்ட்ரேஷனுக்காக ஆர்டிஓ அலுவலகத்துக்குச் சென்றேன். அங்கேயே பைக்கை டெலிவரி எடுத்தேன். ஆனால் எனக்கே டெலிவரி ஆனது போல டயர்டாகிவிட்டேன்.

உங்களுக்குப் பிடிக்காத பெண்ணை வீட்டில் கட்டி வைக்கப் பார்க்கிறார்கள் என்றால், "என்ஃபீல்டு புல்லட் வாங்கி கொடுத்தால்தான் கல்யாணம் பண்ணுவேன்" எனச் சொல்லிவிடுங்கள். கழுத்துக்கு வந்தது என்ஃபீல்டோடு போய்விடும்.

2

வாகனங்களில் லிஃப்ட் கேட்கலாம் என்பதை, ஜெமினி கணேசன் காலத்துப் படங்களில் ஒய்யாரமான மாது, கண்ட மேனிக்கு வளைந்து நெளிந்து கை கட்டை விரலை மேலே தூக்கி, எதிரே வரும் காரை நோக்கி ஆட்டுவதைப் பார்த்துத் தெரிந்துகொண்டு இருப்போம். லிஃப்ட் கேட்பது மற்றும் கொடுப்பது இரண்டுமே வசீகரமானதுதான். எந்த அழகான பெண்ணாவது தன்னிடம் லிஃப்ட் கேட்க மாட்டாளா என்ற ஆழ்மன ஏக்கம், அது என்ன ஆழ்மன ஏக்கம்? மேல்மன ஏக்கமே பைக் மற்றும் கார் ஓட்டும் எல்லா வயது ஆண்களுக்கும் இருக்கும்.

நானெல்லாம் பள்ளியில் படித்துக் கொண்டு இருக்கும்போதே சினிமாவின் தாக்கத்தால், சென்னை சென்றால் அழகான பெண்ணிடம் லிஃப்ட் கேட்டு காரில் ஏறிக்கொள்ளலாம்; நைஸாக அந்த அழகான பணக்காரியையே காதலித்துக் கல்யாணம் செய்துகொள்ளலாம் என்ற நம்பிக்கையில், தேர்வில் மதிப்பெண் குறைந்தாலும் கவலைப்பட்டது இல்லை. ரியாலிட்டி வேறு மாதிரி இருந்தது. சென்னை வந்த புதிதில் இளம்பெண்கள் அதிகம் காரை ஓட்டிப் பார்க்க முடிந்தது இல்லை. அதிகம்

அராத்து

இளம்கிழவிகளே முகத்தை உர்ரென வைத்துக்கொண்டு ஓட்டினர். லிஃப்ட் கேட்கும் சூழலே இல்லை.

யாரும் மறந்தும் காரில் லிஃப்ட் கேட்பது இல்லை. 'இந்த கார்காரனுங்க எங்க நிறுத்தப் போறானுங்க' என்ற நினைப்புதான். பைக்கைத்தான் தனக்கு நெருக்கமாக உணர்ந்து, சொற்ப மக்கள் லிஃப்ட் கேட்கிறார்கள். சில வருடங்களுக்கு முன்பு, பைக்கில் லிஃப்ட் கேட்டு ஏறி, எய்ட்ஸ் ஊசி போட ஒரு கும்பல் அலைகிறது என வதந்தி கிளம்பி நடுநடுங்க வைத்தது.

உண்மையில் லிஃப்ட் கொடுப்பதை, கௌரவ டிரைவர் வேலை எனச் சொல்லலாம். தூரத்துச் சொந்தங்கள், குறிப்பாக மனைவி வழிச் சொந்தங்களிடம் தேவாங்குபோல சிக்கிக்கொள்வோம். பஸ் ஸ்டாண்ட், ரயில்வே ஸ்டேஷன், பீச், ஷாப்பிங் என எங்காவது டிராப் செய்ய வேண்டி இருக்கும். 'கால் டாக்ஸி புக் பண்ணட்டுமா?' எனக் கேட்க ஆரம்பிக்கும்போதே, வெங்கலக் கடையில் யானை புகுந்ததைப்போல கிச்சனில் இருந்து சவுண்ட் வரும். அதனால், சந்தடி இல்லாமல் கார் சாவியை எடுத்துக்கொண்டு கிளம்ப வேண்டியிருக்கும். சில தென் தமிழ்நாட்டுச் சொந்தங்கள், 'ரங்கநாதன் தெருவுக்குள்ள கார் போகாது' என நாம் சொல்வதை உலக மகா பொய் என நினைத்துக்கொண்டு, அமெரிக்க எஃப்.பி.ஐ போல சந்தேகமாகப் பார்ப்பார்கள். உஸ்மான் ரோடும், ரங்கநாதன் ரோடும் சந்திக்கும் இடத்தில் காரை நிறுத்தச் சொல்லி, நிதானமாக இறங்குவார்கள். அதற்குள் பின்னாலிருந்து ஒரு லட்சம் குழந்தைகளுக்கு ஒரே நேரத்தில் தொப்புள் கொடி அறுத்ததுபோல ஹாரன்கள் அலறும்.

உறவினர்கள் இப்படி என்றால், நண்பர்கள் வேறு வகை. "மாப்ள, திருவான்மியூர் வழியாதானே போற? அப்படியே என்னை திருவொற்றியூர்ல டிராப் பண்ணிடு" என்பார்கள். ஊட்டியில் இருந்து கார் ஓட்டி வந்து இருப்போம்; மணப்பாக்கம் உள்ளே வந்து குட்டியான முட்டுச் சந்துவரை ஊடுருவி, வீட்டு வாசலில் டிராப் செய்ய வேண்டும் என பிடிவாதமாக இருப்பார்கள். போன வருடம் கடன் வாங்கிய காலி கேஸ் சிலிண்டரை, "மாப்ள கொஞ்சம் வெயிட் பண்ணு, சிலிண்டரைத் திருப்பிக்

கொடுத்துடறேன்" எனக் கூறி அரை மணி நேரம் காக்க வைப்பார்கள்.

அதேபோல, பலராலும் பாதிப்புக்குள்ளாகி இருந்த ஒரு தருணத்தில், அலுவலக விஷயமாக பெங்களூருவில் வேலையை முடித்துவிட்டு, தனியாக காரில் சென்னை திரும்பிக்கொண்டு இருந்தேன். பெங்களூருவில் இருந்து கிளம்பிய சில நிமிடங்களில் மழை தூற ஆரம்பித்து, வலுக்க ஆரம்பித்தது. பிறகு, கடும் மழையாக உருவெடுத்தது. ஒசூரை நெருங்கியபோது சூறாவளிக் காற்றுடன் பேய் மழை பெய்தது. தற்செயலாக இடது பக்கம் பார்த்தபோது, ஒரு குடும்பம் மழையில் தொப்பலாக நனைந்தபடி பைக்கில் ஊர்ந்துகொண்டு இருந்தது. பைக்கில் தம்பதி, ஒரு சிறுவன் மற்றும் ஒரு கைக்குழந்தை. அந்தக் காட்சியை பார்த்ததும் எனக்குள் இருந்த எம்.ஜி.ஆர் கண்ணை கசக்கிக் கொண்டு எழுந்து அமர்ந்தார். அடுத்த நொடி அந்த பைக்கை ஓரம் கட்டி, காரை நிறுத்தி அந்த குடும்பத் தலைவரைத் திட்டினேன். "ஓரமா நிக்கலாம் இல்லை? ரெண்டு குழந்தைங்க நனையுதே, அறிவு இல்லை?" என வசை பாடினேன். "தெரிஞ்ச கடை இருந்தா பைக்கை விட்டுட்டு என் காரில் ஏறுங்க, டிராப் பண்றேன்" எனக் கூறினேன். இடி மேளம் கொட்ட, மின்னல் மூன்று முறை மின்னி என்னை வாழ்த்தியது.

"தர்மபுரி போகணும். நீங்க சென்னை போறதால, கிருஷ்ணகிரியில இறங்கிக்கிறோம்" என்றார் குடும்பத் தலைவர். காருக்குள் ஏறியவுடன் மனைவியின் தலையில் தட்டி, "சாந்தி, துண்டை எடு" என ஆர்டர் போட்டார். குடையை டிரைவர் சீட்டுக்கு பின்புறம் என் பின் மண்டையில் இடிப்பதுபோல மாட்டினார். சாந்தி தன் காலுக்கு இடையில் வைத்திருந்த விசித்திர வடிவம் உடைய போன நூற்றாண்டுப் பையை குடைய ஆரம்பித்தார். மடியில் இருந்த கைக்குழந்தை கியரை உதைத்து உதைத்து அழுதது. துண்டை எடுத்து கணவரிடம் கொடுத்தார். கு.தலைவர் சட்டையைக் கழட்டுவது சென்டர் மிர்ரரில் தெரிந்தது. துண்டைத் தலையில் வைத்துத் துவட்டுவதற்கு முன்பு குதிரைபோல தலையைச் சிலுப்பினார். கும்பாபிஷேகத் தீர்த்தம் போல எல்லோர் தலையிலும் தண்ணீர் தெறித்தது.

உடம்பைத் துவட்டிக்கொண்டு, "சாந்தி, வேட்டி எடு" என்றார். பேன்டைக் கழட்டிவிட்டு வேட்டி மாற்றினார். வெறும் ஜட்டியோடு ஒரு மனிதன் காரின் பின் சீட்டில் அமர்ந்திருந்த அரிய காட்சியை அன்றுதான் பார்த்தேன். அதுவும் அந்த ஜட்டி பாரம்பரியம்மிக்க பரம்பரை ஜட்டி போலிருந்தது. ஈரமான துண்டை ஆற்றங்கரையோரம் பிழிவது போல நன்றாகப் பிழிந்து, பையனைத் தூக்கி மடியில் வைத்துத் துவட்ட ஆரம்பித்தார்.

"ஏய், ஒண்ணுக்குப் போய்ட்டான் போல இருக்குடி. டிராயர் சூடா இருக்கு" என்று, ஏதோ 'வடை பஜ்ஜி சூடா இருக்கு' என்ற டோனில் சொன்னார். "ஏண்டா, எத்தனை வாட்டிடா உச்சா போவ?" என மென்மையான குரலில் சாந்தி அலுத்துக் கொண்டார். "இனிமே உச்சா வந்தா சொல்லணும். அங்கிள் கண்ணாடி இறக்குவாரு. ஜன்னல் வழியா வெளியில உட்டுடணும். என்னா?" என கண்டிப்பாகச் சொன்னார் சாந்தி.

அடுத்த கணம், "சார், கொஞ்சம் கண்ணாடியை இறக்குங்க" என்றார் கு.தலைவர். எனக்குத் தூக்கி வாரிப் போட்டது. மனைவி சொன்னபடி இவர் ஜன்னல் வழியாக உச்சா போகப் போகிறாரா என மிரண்டு, "எதுக்குங்க?" என்றேன் சற்றே கடுமையான குரலில். "சளி துப்பணும்" என்று சொல்லியபடியே, தொண்டையைக் கனைத்து சளியைச் சேமிக்க ஆரம்பித்தார்.

லேசாக சென்டர் மிர்ரரில் பார்த்தேன், சிறுவன் ஆய் போவது போல சீட்டில் குத்துக் காலிட்டு அமர்ந்திருந்தான். எனக்கு பகீரென்றது. "ஏங்க... பையன் ஆய் போறான் போலருக்குங்க, வண்டியை நிறுத்தட்டுமா?" எனப் பதறினேன்.

"பயப்படாதீங்க, ஆய் போனா அவன் வழக்கமா அழுதுகிட்டேதான் போவான். குளுருக்கு இதமா இப்படி ஒக்காந்து இருக்கான்" என்றார்.

இப்போது அவன் லேசாக அழ ஆரம்பித்து என் வயிற்றில் புளியைக் கரைத்தான்.

"டேய் எதுக்குடா அழுற? நிறுத்துடா" என மிரட்டினார். அவனும்

இங்கு பஞ்சர் போடப்படும்

அழுகையை நிறுத்திவிட்டான். அழுகையை நிறுத்தலாம். ....யை நிறுத்த முடியுமா? என நான் பயந்தபடியே ஓட்டிக்கொண்டு இருந்தேன். கார் ஒசூரைத் தாண்டி தமிழ்நாட்டு பார்டரில் நுழைந்து ஓடிக்கொண்டு இருந்தது. நான் வழக்கமாக டீசல் போடும் பங்க் வந்தது. காரை டீசல் போட உள்ளே வளைத்தேன். "ஏங்க, இப்பப் போய் டீசல் போடறீங்க? கிளம்பும்போதே போட வேண்டியதுதானே? மழையால ஏற்கெனவே வண்டி லேட்டா போயிட்டு இருக்கு(!), நாங்க தர்மபுரியில் ஒரு விசேஷத்துக்கு நேரத்துக்குப் போகணும்" என சீரியசாக அலுத்துக்கொண்டார். நொந்து போய், இதெல்லாம் தேவையாடா உனக்கு என நினைத்தபடியே டீசல் டேங்கை ஃபுல் செய்தேன்.

கார் மீண்டும் ஓடத் துவங்கியது. ஒரு வழியாக கிருஷ்ணகிரி வந்தது. இறங்குவதற்கு முன் ஒரு ஐம்பது ரூபாய் நோட்டை ஸ்டைலாகக் கையில் ஆட்டியபடி, "பெங்களூருல பார்ட்டிய டிராப் பண்ணிட்டு ரிட்டர்ன் சவாரி போறீங்களா? கிருஷ்ணகிரியில வேற டிக்கெட் ஏத்திப்பீங்களா?" எனக் கேட்டு என்னை ஷாக் அடைய வைத்தார் கு.தலைவர்.

அவரின் தவறு ஏதுமில்லை. வழக்கமாக கார் வைத்திருப்பவர் யாரும் லிஃப்ட் கொடுக்க மாட்டார்கள் என்ற பொது எண்ணம்; அதுவும் தானே முன் வந்து ஏற்றிக்கொள்ள மாட்டார்கள் என்ற நம்பிக்கை. நானே நிறுத்தி அழைத்து ஏற்றிக்கொண்டதால், என்னை சவாரி பிடித்த டிரைவர் என நினைத்துவிட்டார். நான் ரூபாய் வேண்டாம் என்றதும், சார் செம மகிழ்ச்சி அடைந்து விட்டார். லாட்டரிச் சீட்டில் பரிசு கிடைத்ததுபோல, அவரின் உடல் மொழியே மாறி விட்டது. ஐம்பது ரூபாய் எதிர்பாராமல் சேமிப்பு ஆகிறதே, அந்த மகிழ்ச்சி. நிறைய நன்றி சொன்னார்.

பின் சீட்டை நோட்டமிட்டேன், மொத்த லெதர் சீட் கவரும் காலி. தண்ணீர், சேறு என காரின் பின் பக்கம் டிராக்டர் போல காட்சியளித்தது.

இந்தச் சம்பவத்துக்குப் பிறகு, கார் ஓட்டும்போது சைடில் எங்கும் பார்க்காமல் நேரே பார்த்து ஓட்டுகிறேன்.

3

நம் நாட்டில் ஹாரன் அடிக்கக் கூடாது' என ஒரு நாளை சமீபத்தில் கடைபிடித்தோம். ஆனால், அன்றுகூட பலரும் ஹாரன் அடித்தபடிதான் இருந்தனர். வெளிநாடுகளில், 'ஹாரன் அடிக்கும் நாள்' என ஒரு நாளைக் கொண்டாடுவதாகக் கேள்விப்பட்டேன். தன் வீட்டுக்கு எதிரே காரை நிறுத்திவிட்டு, சில நிமிடங்கள் ஜாலியாக ஹாரன் அடிப்பார்களாம். அதற்கு என்ன அர்த்தம் என்றால், வருடத்தில் மற்ற 364 நாட்களும் ஹாரன் அடிக்க மாட்டேன் என்பதாம்.

நாம் இப்படி தனித்துவமாக இருப்பது, ஹாரன் அடிக்கும் விஷயத்தில் மட்டும்தானா? அது எப்படி காரோ, பைக்கோ எடுத்துக்கொண்டு வீட்டைவிட்டுக் கிளம்பி ரோட்டுக்கு வந்த அடுத்த கணம், பல தனித்துவமான குணாதிசயங்கள் நம் மூளைக்குள் புகுந்து குத்துக்கால் போட்டு குந்திக்கொண்டு டிராஃபிக்கை நாறடிக்கின்றன.

'லேன் டிஸிப்ளின்' என ஒரு சொல் இருப்பதே... அது பலருக்குத் தெரிவதில்லையா அல்லது பெட்ரோலோ, டீசலோ போடும்போது டாஸ்மாக் சரக்கையும் கலந்து ஊத்திவிடுகிறார்களா எனக்

குழப்பமாக உள்ளது. எந்த வாகனமாக இருந்தாலும், ஒரே லேனில் சீராகத் தொடர்ந்து செல்வது இங்கு அபூர்வம்!

அதிலும் பைக் இருக்கிறதே, அது குடிகாரன் போலவே சாலையின் இடதுபுறம் இருந்து வலதுகோடிக்குச் செல்லும். பின்பு, வலது கோடியில் இருந்து இடதுகோடிக்கு வரும். அது மட்டுமா...? காருக்குள் 'தேமே' என உட்கார்ந்து ஓட்டிக் கொண்டு இருக்கும் ஒரு கிழவனாரை நோக்கி கை நீட்டி, உதட்டை அஷ்டகோணலாக்கி, பல்லைத் துருத்தி, கண்ணைப் பிதுக்கி, இவற்றையெல்லாம் ஒரே விநாடியில் செய்து திட்டி விட்டு மறைந்து விடுவார் பைக் ஓட்டி. 'ஏன் இப்படி ஒரு தரிசனமும் திட்டும்' என கார் ஓட்டும் கிழவனாருக்குக் கடைசிவரை தெரியாது.

நான் போக்குவரத்துத் துறை மந்திரி ஆனால், சாலைகளில் S என்ற ஆங்கில எழுத்துபோல லேன் வரையச் சொல்லி, அதில் பைக்குகளைப் போகச் சொல்வேன். நம் மக்கள் இந்த முறையில்தான் நெடுங்காலமாகச் சென்று பழகியிருப்பதால், அவர்களுக்கு அது வசதியாக இருக்கும்.

சின்னப் பிரச்னைக்கு நடு ரோட்டில் வண்டியை நிறுத்தி டிராஃபிக்கை ஜாம் செய்து, கொள்ளுத் தாத்தா வரை வம்புக்கு இழுத்து, கெட்ட வார்த்தையில் திட்டும் ஹாபி கொண்ட ஒரு கூட்டம் எந்நேரமும் அலைந்து கொண்டு இருக்கிறது.

இந்த டிராஃபிக்கில் சூப்பர் ஹீரோ யார் எனில், 'பிரசவத்துக்கு இலவசம்' என எழுதி வைத்திருக்கும் ஆட்டோதான். அபார்ஷன் இலவசம் என எழுதி வைத்தால் இன்னும் பொருத்தமாக இருக்கும். அந்த அளவுக்கு வயிற்றைக் கலக்கி, ஜாயின்ட் ஸ்பேர் பார்ட்ஸை எல்லாம் லூஸாக்கி, இதயம் வெளியே வந்து உள்நாக்கைத் தொட்டுச் செல்லும் அளவுக்கு அட்வென்சர் டிராவலை அசால்ட்டாகக் காட்டுவார்கள்.

அடிக்கடி ஏதேனும் காரில் தேய்த்து, மஞ்சள் கலரில் மாடர்ன் ஆர்ட் போட்டுவிட்டு, அதற்கு ராயல்டி கேட்டபடி நடு ரோட்டிலோ, ரோட்டோரமாகவோ நின்று கட்டப் பஞ்சாயத்து

அராத்து

நடத்திக் கொண்டு இருப்பது, தொன்று தொட்டு நம் நாட்டில் நடைபெற்றுவரும் சடங்கு.

ஐடி புரட்சியால் பலரும் கார் வாங்கிவிட்டனர். பைக் ஓட்டிய பழக்கத்திலேயே காரை ஓட்டினால் விளங்குமா? இங்கு ஓடும் பல கார்கள் மூஞ்சியிலும் டிக்கியிலும் குத்து வாங்கி இருக்கும். பக்கத்தில் சின்ன கேப் கிடைத்தாலும் பைக் போல சடாரெனத் திருப்ப வேண்டியது, சைடிலும் ஒரு குத்து வாங்க வேண்டியது.

மார்க்கெட், சின்ன குறுக்குச் சந்து மற்றும் சில ஜனசந்தடி மிக்க ஏரியாக்களில், இந்த கார் காரர்கள் பூந்து அடிக்கும் கூத்து சொல்லி மாளாது. இவர்களால்தான் பிரச்னை என்பதே தெரியாமல் ஹாரனை வேறு விடாமல் மலச் சிக்கல் வந்தவர் போல அடித்துக் கொண்டே இருப்பார்கள்.

மழைக் காலங்களில் தேங்கி நிற்கும் தண்ணீரில் காரை வேகமாகச் செலுத்தி பாதசாரிகள் மீது பாலாபிஷேகம் செய்து விட்டு, அவர்களின் திருவாயிலிருந்து தன் ரிஷி மூலத்தையே கேள்வி கேட்கும் வசை மொழிகளை வலிந்து போய் வாங்கிக் கட்டிக் கொள்வார்கள்.

சிக்னலில் சிவப்பு விளக்கு இருக்கும்போது தொடர்ந்து ஹாரன் அடிப்பது இவர்களின் பொழுதுபோக்கு. கடும் டிராஃபிக்கில் நடு ரோட்டில் பெரிய காரை நிறுத்தி, பின்னால் வாகனங்கள் கதறிக்கொண்டு இருக்க... தன் பெரிய குடும்பத்தையே காரிலிருந்து அன்லோடு செய்வார்கள். சில கார்காரர்கள் ஹாரன் அடித்து சைடு கேட்பார்கள்; கேட்டுக் கொண்டே இருப்பார்கள்; வழி இருக்கும். ஆனால், முந்த மாட்டார்கள். நாம் நம் காரை ரோட்டோரமாக நிறுத்திவிட்டு கீழே இறங்கி வழிவிட வேண்டும் என எதிர்பார்ப்பவர்கள் அவர்கள்!

பகல் நேரத்தில் லாரிகள் சிட்டிக்குள் நுழைய தற்போது தடை இருப்பதால், இரவில்தான் லாரிகளின் டிஸ்கோ டான்ஸ் நடக்கிறது.

எதைப் பற்றியும் அலட்டிக் கொள்ளாமல், 'நாங்க பார்க்காத

டிராஃபிக்கா?' என எந்த சிக்னலையும் மதிக்காமல் எந்த ரூல்ஸையும் ஃபாலோ செய்யாமல் சாதனை புரிந்து கொண்டிருப்பது டவுன் பஸ்கள் எனப்படும் மாநகரப் பேருந்துகள். யாரும் இந்த பஸ்களை ஓவர் டேக் செய்யக் கூடாது. அப்படிச் செய்தால், 70 சத விகிதம் ஓவர்டேக் செய்த நிலையில் பஸ்ஸைத் தேவையில்லாமல் வளைத்து நெருக்கடி கொடுப்பார்கள்.

டிராஃபிக் ரூல்ஸை மதிக்காததால், உயிர் போன பல ரியல் லைஃப் சம்பவங்கள் பலருக்கும் தெரியும். இதைப்போல சம்பவங்கள் அடிக்கடி நடப்பதால், இது போன்ற செய்திகள் நமக்கு அதிர்ச்சி ஏதும் அளிப்பதில்லை என்பதே அதிர்ச்சியானது.

நண்பன் ஒருவனுக்கு நீண்ட நாள் கழித்து பெண் பார்க்கும் வைபவம் கூடி வந்தது. பெண் வீடு சென்னை. நண்பனின் பெற்றோர் மற்றும் உறவினர்கள் வெளியூரில் இருந்து வந்து நேரடியாக பெண் வீட்டுக்குச் சென்றுவிடுவதாகவும், என்னிடம் கார் இருந்ததால், இவன் என்னுடன் செல்வதாகவும் திட்டம். கடுமையான 'பீக் ஹவரி'ல் பெண் பார்க்க நல்ல நேரம் குறித்திருந்தார்கள். நண்பனை அழைத்துச் செல்வதற்காக அவன் தங்கி இருந்த மேன்ஷனுக்குச் சென்றேன். நண்பனைக் காணோம். கேட்டால், 'பியூட்டி பார்லரில் இருக்கிறேன்' என்றான். 'நேரம் ஓடிட்டே இருக்கு, நீ இங்க உக்காந்துட்டு இருக்கே?' என்று பதறினால், 'மச்சி உன் டிரைவிங் பத்தி எனக்கு நல்லா தெரியும். நேர்லயே பலமுறை பார்த்திருக்கேன். ஒரு அழுத்து அழுத்தினா, 20 நிமிஷத்துல கொண்டு போய்ச் சேத்துடுவ!' என்றான்.

'ராசா... அது வேற, இது வேற. சிட்டியில் பீக் ஹவர்ல ஆம்புலன்ஸாலயே ஒண்ணும் பண்ண முடியாதுடா' என எச்சரித்துவிட்டு, அவனைத் தூக்கி காரில் போட்டுக் கிளம்பினால், அவன் இருக்கும் பகுதியில் இருந்தே வெளியே வர முடியவில்லை. அப்படி ஒரு டிராஃபிக் நெரிசல்.

ஊர்ந்தும், நகர்ந்தும் மெயின் ரோட்டைப் பிடித்து ஒரு சிக்னலைத் தாண்டுவதற்குள் ஏழு முறை மொபைலில் அழைப்பு வந்துவிட்டது. ஒவ்வொரு மொபைல் அழைப்பும் இவனுக்கு 50 மில்லி வியர்வையை உண்டு பண்ணியது. டென்ஷனில்,

ஃபேஷியல் செய்த குரங்கைப் போல நண்பன் முகம் மாறி விட்டது. நத்தை போல நகர்ந்து நகர்ந்து பலரைத் திட்டி, பலரிடம் திட்டு வாங்கி, பெண் வீடு சென்று சேர்ந்தபோது, குறித்த நேரத்தைவிட 1 மணி நேரம் 30 நிமிடம் தாமதமாகி இருந்தது.

உள்ளே தாவி ஓடினான். அறைக்குள் இருந்த பெண்ணை அழைத்தனர். சிவனிடம் நெற்றிக் கண்ணைக் கடன் வாங்கி வந்த காளி போல பெண் வந்து அமர்ந்து முறைத்தார். மேக்கப் சற்றே உருகி வழியத் தொடங்கி இருந்தது. நண்பன், 'சாரி... டிராஃபிக்' என்று இழுத்தான் ஈனஸ்வரத்தில். அதை காதிலேயே வாங்காமல், பெண் விருட்டென எழுந்து உள்ளே சென்றுவிட்டார். குடித்த காபிக்கு, உறவினர்கள் ஏதோ பேசி மெழுகி பின் கிளம்பிச் சென்றனர்.

காரில் திரும்ப வரும்போது சோகமாக, 'இந்த பாழாப் போன டிராஃபிக் ஒருத்தன் லைஃப்பையே கெடுத்துடுச்சே!' என்றவன், திடீரென வெறி வந்தவன் போல, 'அடுத்த முறை பொண்ணு பார்க்கும் போது, மொத நாளே பொண்ணு வீட்டுக்குப் பக்கத்துல ரூம் போட்டுத் தங்கிடணும்டா' என்றான்.

நல்ல யோசனைதான்!

4

எந்த காரை வாங்குவது? எந்த பேங்கில் லோன் வாங்குவது என்பதையெல்லாம்விட குழப்பியடிப்பது, எங்கே சர்வீஸ் விடுவது என்ற கேள்விதான்! கார் வாங்கிய கம்பனியிலேயே சர்வீஸ் விடலாம்; அதுதான் சிறந்தது என்பது பலரின் கருத்து. முதல் மூன்று ஃப்ரீ சர்வீஸ் வரை ஒரு சிக்கலும் இல்லை; கம்பெனி ஷோ ரூமிலேயே சர்வீஸ் விடலாம். அதற்குப் பிறகுதான் கொஞ்சம் கொஞ்சமாகக் குழப்பம் வரும்.

மல்ட்டி பிராண்ட் கார் சர்வீஸ் சென்டரில் இருந்து, 33 வது தடவையாக அழைக்கும் கொஞ்சும் கிளியின் குரலில் மயங்கி, அங்கே சர்வீஸ் விட்டுப் பார்ப்போம். பின்பு, சின்னப் பிரச்னைக்காக லோக்கல் மெக்கானிக்கிடம் விடும்போது, அவர் நம்மை செமையாக அசத்த... அவரிடம் ஒரு வருடம் மாட்டிக்கொள்வோம். திரும்ப லோக்கல் மெக்கானிக் சொதப்ப... கம்பெனி ஷோ ரூமிலேயே விடுவது என... இந்தச் சுழற்சி தொடர்ந்துகொண்டே இருக்கும்.

காரை சர்வீஸ் விட்டு எடுத்தால் எப்படி இருக்க வேண்டும்? தாய் வீடு சென்று திரும்பும் மனைவிபோல சும்மா பளபளவென

இருக்க வேண்டும் அல்லவா? ஆனால், பல சமயங்களில், குடிகாரக் கணவனிடம் சிக்கிச் சீரழிந்து, மனம் வெறுத்து தாய்வீடு செல்லும் மனைவி போல இருக்கும்!

சிலர், தினமும் அவர்கள் குளிக்கிறார்களோ இல்லையோ, கர்ம சிரத்தையாக காரைக் கழுவிவிடுவார்கள். அதற்குப் பிறகு, காரை கவர் போட்டு மூடிவிட்டு இழுத்து போர்த்திக் கொண்டு தூங்கிவிடுவார்கள். காரை ஓட்டுகிறார்களோ இல்லையோ, இந்தக் குல வழக்கம் தினமும் தொடரும். வெளியே அந்த அளவுக்குக் கழுவி ஊத்துகிறவர்கள், உள்ளே இருக்கும் ஸ்பேர் பார்ட்ஸ் பற்றி கண்டு கொள்ளவே மாட்டார்கள். மூன்று ஃப்ரீ சர்வீஸ் விட்டதோடு சரி... எப்போதாவது கார் வழியில் நின்றுவிட்டால், எல்லாம் தெரிந்த மாதிரி பானெட்டை முதல் முறையாகத் திறந்து, எக்ஸிபிஷனில் பார்ப்பது போல முகத்தை சீரியஸாக வைத்துக்கொண்டும், ஸ்டைலாக நின்றுகொண்டும் மெக்கானிக் வரும் வரை நோட்டம் விடுவது இவர்களின் பாரம்பரியப் பழக்கம். இந்த லட்சணத்தில் காரின் உள்ளே இருந்து மனைவி வேறு, 'சரி பண்ணிட்டீங்களா?' என அப்பாவியாகக் குரல் விடுவார்.

வருமுன் காப்போம் திட்டத்தின் கீழ், முன்கூட்டியே காரை சர்வீஸ் விடுவது மற்றும் தேவையானபோது உடனே ஸ்பேர் பார்ட்ஸை மாற்றிவிடுவது என் வழக்கம். நாம் என்னதான் பக்கா பிளானிங்காக இருந்தாலும், நம்மை சுளுக்கு எடுக்க சர்ட்டிஃபிகேட் கோர்ஸ் படித்துவிட்டு ரெடியாக இருக்கிறார்களே, அவர்களிடம் இருந்து தப்பிக்க முடியுமா?

முன்பு, ஹூண்டாய் நிறுவனமே நடத்தும் 'ஹூண்டாய் மோட்டார் பிளாசா'வில் சர்வீஸ் விடுவது வழக்கம். அங்கு என்ன பிரச்னை எனில், சி.எம் அப்பாயின்மென்ட் போல இரண்டு மாதங்களுக்கு முன்பே தேதி வாங்க வேண்டும். நாம் சொல்லும் பிரச்னைகளைக் கவனமாக எழுதிக் கொள்வார்கள். சில பார்ட்ஸை மாத்தலாம் எனவும் அட்வைஸ் செய்வார்கள். "நாளை மாலை 5 மணிக்கு கார் ரெடியாக இருக்கும். வந்து எடுத்துக் கொள்ளுங்கள்" என சர்வீஸ் அட்வைஸர் சொல்வார்.

“லேட்டா வந்துடாதீங்க” எனப் பலமுறை அழுத்திச் சொல்வார். மறுநாள் மாலை நான்கு மணிக்கு போன் செய்து, “உடனே வாருங்கள்” என்பார்.

ஐந்து மணிக்குச் சென்றால், “எல்லாம் முடிஞ்சது. வாட்டர் வாஷ் மட்டும்தான் பாக்கி. வெயிட் ப்ளீஸ்” எனச் சொல்லிச் சென்று விடுவார். என்னைப் போலவே பலரும் விமானத்துக்குக் காத்திருப்பதுபோலக் காத்திருப்பார்கள். ஒரு மணி நேரம் காத்திருந்த பின்பு, அவரைத் தேடிச் சென்றால், “வாட்டர் வாஷ் ஓவர். ஜஸ்ட் பாலீஷ் போயிட்டு இருக்கு” எனக் கூறிவிட்டு, “டேய் சுந்தர், சாருக்கு ஒரு காஃபி கொடு” என்பார். இன்னும் ஒரு 30 நிமிடங்கள் கழித்து, “முடிஞ்சிடுச்சு. ஜஸ்ட் ஃபைனல் க்ளீனிங் செய்றாங்க” என்பார். இதெல்லாம் நடந்துகொண்டு இருக்கும்போதே, “பில் கொடுங்க... செட்டில் செஞ்சுடுறேன்” என்றால், கொடுக்க மாட்டார். கடைசியாக, பில்லைக் காட்டி ஹோட்டல் சர்வர் ஐட்டம் பேரைச் சொல்வதுபோல புயலென விளக்கி முடித்து, "கேஷ் கட்டிடுங்க" என்பார். கேஷ் கவுன்ட்டர் சென்றால்... கேஷியர், பிரின்ட்டரில் மாட்டிக்கொண்டு இருக்கும் பேப்பரைப் பிடித்து பலவந்தம் செய்து கொண்டு இருப்பார்.

ஒரு வழியாக பில் சம்பிரதாயம், கேட் பாஸ் சடங்கு எல்லாம் முடிந்து வந்து பார்த்தால், நம் காரை இரண்டு பேர் அழுக்குத் துணியால் துடைத்துக்கொண்டு இருப்பார்கள். கால் வைக்கும் இடத்தில் பேப்பர் வைப்பது, டயருக்கு பாலீஷ் போடுவது என பரபரப்புக்குக் கொஞ்சமும் குறைவில்லாமல் இருக்கும்.

இரண்டு மணி நேரக் காத்திருத்தலுக்குப் பின் காரில் ஏறி அமர்ந்தால், சின்னச் சின்ன விஷயங்களில் கோட்டைவிட்டு இருப்பார்கள். பவர் விண்டோஸ் வேலை செய்யாது; ஹெட் லைட் வெளிச்சம் உமிழாது; ஹாரன் அடிக்காது; பின் வீல் சுத்தாது; ரியர் வியூ மிரர் வேலை செய்யாது; ஒருமுறை கார் ஸ்டார்ட் ஆகவே இல்லை என்றால், பார்த்துக்கொள்ளுங்கள். பேட்டரி கனெக்ஷன் அவுட்!

எனக்குப் பயமாக இருக்கும். இந்த சின்னச் சின்ன விஷயங்களையே கவனிக்காமல் கொடுக்கிறார்களே... பிரேக், கிளட்ச், இன்ஜின்

எல்லாம் சரிவர சர்வீஸ் செய்திருப்பார்களா எனச் சந்தேகத்துடன் ஓட்டிக் கொண்டு வருவேன். ஏன் எப்போதும் இந்த கடைசி நேர அவசரம் என்பது எனக்கு புரிந்ததே இல்லை.

'டி.எஸ்.சி ஹூண்டாய்' ஷோ ரூமில்தான் ஆக்ஸெஸன்ட் வாங்கினேன். முதல் சர்வீஸின் போதே காரின் முன் பக்கம் இடித்து பழுதாகி இருந்தது. டயர் பஞ்சர் ஆகி இருந்ததால், நானே முதன்முறையாக ஸ்டெப்னி மாற்றி இருந்தேன். சர்வீஸுக்காக காரை விடும்போது, "முதல் முறையாக நானே ஸ்டெப்னி மாற்றி இருக்கிறேன். எனக்குச் சந்தேகமாக இருக்கிறது. செக் செய்து விடுங்கள்" எனச் சொல்லி இருந்தேன். எல்லாம் சரியாக உள்ளது என சொல்லி சர்வீஸ் முடிந்து காரைக் கொடுத்து விட்டனர்.

லாங் டிரைவ் கொச்சின் சென்றபோது பஞ்சர் ஆனது. கொச்சினில் தெருவோரக் கடையில் பஞ்சர் ஒட்டுகையில், பஞ்சர் ஒட்டுபவர் பஞ்சர் ஓட்டிவிட்டு, பின்பு அனைத்து வீல்களையும் அவராகவே செக் செய்து, ஒரு வீலில் நட் தவறாகத் திருப்பி போட்டிருக்கிறது எனச் சொல்லி, சரியாகப் போட்டுக் கொடுத்தார். இதை பிராண்டட் சர்வீஸ் சென்டர் செய்யவில்லை. இன்னும் கொஞ்ச நாள் கவனிக்காமல் விட்டிருந்தால், ஒரு வீல் கழண்டு ஓடி ஆக்ஸிடெண்ட் ஆகி இருக்கும்.

எவ்வளவு அலட்சியம் பாருங்கள். என்ன சிஸ்டம் ஃபாலோ செய்கிறார்களோ? இதில் ஐஎஸ்ஓ *9001 : 10001* என சகட்டுக்கு பல சர்டிஃபிகேட்டை வேறு ஃபிரேம் போட்டு மாட்டி இருக்கிறார்கள்.

சில பிரச்னைகளால் ஹூண்டாய் நிறுவனத்தின் மீது ஊடலில் இருந்த காலத்தில், 'கார்நேஷன்' பாப்பா கொஞ்சிக் கொஞ்சி அழைத்ததால், அங்கு ஒருமுறை சர்வீஸ் விட்டேன். 'வழக்கம்போல ஐந்து மணிக்கு வாங்க' எனச் சொல்லி ஏழு மணி வரை தேவுடு காக்கவைத்தனர். ஏழு மணிக்கு சின்னச் சின்னப் பிரச்னைகளைக் கண்டுபிடித்துச் சரிசெய்து பின்பு, காரை வெளியே ஓட்டி வந்துவிட்டேன். மியூசிக் சிஸ்டம் ஆன் செய்தால், பாட்டு பாடவில்லை. எடு ரிவர்ஸ்!

பாட்டு பாடவில்லை என கம்ப்ளெயின்ட் செய்தால், 'காரை விடும்போது பாடுச்சா? பாத்தீங்களா (கேட்டீங்களா)?' என என்னையே பலமுறை சந்தேகமாகக் கேட்டனர். மேனேஜர் வந்து சூழ்நிலையைக் கிரகித்துக்கொண்டு, "இதுவரை எங்க கிட்ட சர்வீஸ் விட்ட கார்களில் திரும்பக் கொடுக்கையில் இப்படிப் பாட்டு பாடாமல் இருந்ததே இல்லை. இதான் முதல் முறை" எனக் கூறி எனக்கு இன்ஃபீரியாரிட்டி காம்ப்ளெக்ஸ் வரவழைக்கப் பார்த்தார்.

"காரின் உள்ளே 70 ஆயிரம் ரூபாய்க்கு ஆம்ப், சப் வூஃபர் என பல ஐட்டங்கள் இருக்கு; நிறைய வொயரிங் இருக்கு; காரை விடும்போதே சொல்லித்தான் விட்டேன். ஏற்கெனவே இதுபோல எனக்கு அனுபவம் இருக்கு. நான் சொல்லும்போது யாரும் காது கொடுத்துக் கேட்பதில்லை. எனக்கு சிஸ்டம் பாடணும்" என்றேன் கண்டிப்புடன்.

வொயரிங் பிரச்னைதான். இரண்டு மணி நேரம் போராடிச் சரிசெய்து கொடுத்தனர். "அடுத்த தடவை விடும்போது, பாட்டு பாடுதானு எங்களுக்குப் போட்டுக் காட்டிட்டு விடணும்" என்றார் மேனேஜர்.

லோக்கல் மெக்கானிக்கிடம் முதல் முறை காரை பிரேக் பிரச்னை என விட்டபோது, ஜஸ்ட் 150 ரூபாய்தான் வாங்கினார். காரை வேறு பளபளவென துடைத்து வைத்திருந்தார். இன்டீரியர் கிளீனிங் வேறு. பவ்யமாக, செம மரியாதையுடன் தலை தீபாவளிக்கு வந்த மாப்பிள்ளையுடன் பேசுவதுபோலப் பேசினார். 'ச்சே.. இவரை இவ்வளவு நாள் மிஸ் பண்ணிட்டோமே' என நொந்துகொண்டேன். அன்று மனைவியுடன் நடந்த சண்டையில் கொதித்துக்கொண்டிருந்த இதயத்துக்கு இவரின் அணுகுமுறை ஒத்தடம் கொடுத்ததுபோல ஆறுதலாக இருந்தது.

அடுத்தடுத்த சர்வீஸில் இவரிடம் விட்டபோது தான் இவரின் ஃப்ராடு ரூபம் புரிந்தது. "ஜெனியூன் ஸ்பேர் பார்ட்ஸ் சார்" என மூச்சுக்கு முன்னூறு முறை சொல்வார். விண்ட் ஷீல்டு மாற்றும்போதே இவர் வேலையைக் காட்டினார், நான் உஷாராகவில்லை. கிளட்ச் பிளேட் மாற்ற வேண்டும் என

அராத்து

அவரே சொல்லி, "ஜெனியூன் ஸ்பேர் பார்ட்ஸ் சார்" என்றார். இதுக்கு மேல் நான் முட்டையிட மாட்டேன் என நினைத்தாரோ என்னவோ, சார்ஜஸ் போட்டு அறுத்து எடுத்துவிட்டார்.

நான் வழக்கமாக சர்வீஸ் விடும்போது பேப்பர்ஸ், காரில் இருக்கும் சின்னச் சின்னப் பொருட்கள் என அனைத்தையும் எடுத்து வீட்டில் வைத்துவிடுவது வழக்கம். ஆனால் அந்த முறை, ஆபீஸ் வேலையாக திடீரென ஹைதராபாத் செல்ல வேண்டி இருந்ததால், காரிலிருந்து எதையும் எடுக்காமல் அப்படியே சர்வீஸ் சென்டருக்குக் கொண்டு போய் விட்டேன். ரோபோ போல காரைச் சுற்றி சுற்றி வந்து பேப்பரில் ஏதோ கிறுக்கிக்கொண்ட சர்வீஸ் அட்வைஸர், மீட்டர் ரீடிங் பார்ப்பதற்காக காரினுள் நுழைந்தவர் சரேலென வெளியே வந்து விழுந்தார்.

விஷயம் ஒன்றுமில்லை. நான் ஜாலிக்காக பச்சை கலரில் ஒரு ரப்பர் பாம்பை சென்டர் மிரரில் தொங்கவிட்டு இருப்பேன். பார்க்க தத்ரூபமாக இருக்கும். அது வேறு சும்மா இல்லாமல் கொடுத்த காசுக்கு அதிகமாக லைட்டாக நெளிந்துகொண்டு இருக்கும். அதைப் பார்த்துதான் இவர் கொஞ்சம் ஓவர் ரியாக்ஷன் கொடுத்துவிட்டார். பாம்பைக் கண்டால் படையும் நடுங்கும்தான். ரப்பர் பாம்பைக் கண்டாலே மெக்கானிக்கும் நடுங்குவார் என தெரிந்துகொண்டேன். நம்மால் செய்ய முடியாததை இந்த ரப்பர் பாம்பு செய்து விட்டதே என எனக்குத் திருப்தி. அவர் கொஞ்சம் தெளிந்து... கடுப்புடன், "சர்வீஸ் எல்லாம் செய்ய முடியாது. இதை மொதல்ல எடுத்துட்டுப் போங்க சார்" என்றார் கடுப்புடன்.

ஏர்போர்ட் செக்யூரிட்டி என்ன பாடுபடப் போகிறானோ என நினைத்துக்கொண்டே பாம்பை எடுத்து லேப்டாப் பேக்கில் போட்டுக்கொண்டு, ஏர்போர்ட்டை நோக்கி விரைந்தேன்.

5

வண்டியும் கேர்ள் ஃப்ரெண்டும் ஒண்ணு. யாருக்கும் கடன் கொடுக்கக் கூடாது - என்பது மூத்தோர் (நொந்துபோய் சொன்ன) வாக்கு. நம் வண்டியை எப்படியாவது கடன் வாங்கி கண்டமாக்கிவிட வேண்டும் என்றே பிளான் போட்டு, நம்மிடமிருந்து வண்டியைக் கடன் வாங்கிக்கொண்டு போய்விடுவார்கள் சில கில்லாடிகள்.

அதன் பிறகு, காதலியை கமிஷனர் ஆஃபீஸுக்கு அனுப்பிவிட்டு, பதைபதைப்போடு காத்திருக்கும் காதலன் போல, நாம் காத்திருக்க வேண்டியதுதான். வண்டியை நம்மிடம் இருந்து வாங்குவதற்கு அவர் காட்டும் புத்திசாலித்தனத்தையும், உழைப்பையும் வேறு எதிலாவது காட்டினால், நிச்சயம் புது வண்டியே வாங்கிவிடலாம்.

ரெகுலராக போன் செய்வதில் துவங்கும் இவரின் திருவிளையாடல். அதன் பின், நேரில் வந்து உறவை வலுக்கட்டாயமாக வலுப்படுத்துவார். குழந்தை அவர்கள் மீது உச்சா போனாலும் நித்யானந்தா போல சிரிப்பார். 'நான் அந்தப் பக்கம்தான் போறேன்... அப்படியே வாங்கிட்டு வந்துடுறேன்' என

வாலன்டியராகச் சொல்லி, மளிகை சாமான், காய்கறி எல்லாம் வாங்கிக்கொடுத்து, உள்துறை அமைச்சரிணியின் அபிமானத்தைப் பெற்றுவிடுவார்.

இப்படிப் பலவாறாக நம்மை கார்னர் செய்து, பின் ஒரு கொடூரமான நாளில், 'வண்டி வேணும்' எனக் கேட்பார். நம்மால் ஒன்றும் சொல்ல முடியாது. தலையில் தண்ணீர் தெளித்ததுபோல ஸ்லோமோஷனில் நடந்து சென்று கார் சாவியை எடுத்துக்கொடுக்க வேண்டியதுதான். சென்டிமென்டல், எமோஷனல் என பல 'ல்' களைக் கலந்துகட்டி அடித்து, நம்மை மென்ட'ல்' ஆக்கி வண்டியை எடுத்துக்கொண்டு பறந்துவிடுவார்.

மற்ற பொருட்களை இரவல் கொடுப்பதோ, பணம் கடன் கொடுப்பதோ வேறு. கார் அல்லது பைக்கைக் கடன் கொடுப்பது என்பது வேறு. நம் வண்டி என்பது ஒரு மெஷின் மட்டும் அல்ல. அது ஒரு ஃபீலிங். நம் வண்டி என்பது நம் சுதந்திரம் என யாரோ சொன்னதாகப் படித்துள்ளேன். வண்டியை இரவல் வாங்கிச் செல்பவர், என்னதான் ஜாக்கிரதையாக அதைக் கையாண்டாலும், ரிதம் கண்டிப்பாக மாறிவிடும். சிலர் கதறக் கதற வண்டியைக் கற்பழிப்பதும் உண்டு. வண்டியை எடுத்துச் சென்ற பின்பு கேங் ரேப் செய்வதும் உண்டு. சிலர் வண்டிக்கு வெளியே எந்தச் சேதாரமும் இல்லாமல் தமிழ்நாடு போலீஸ் ஸ்டைலில் பலத்த உள்காயங்களோடு திருப்பிக் கொடுப்பார்கள். சிலர் வண்டியின் வெளியே உலக மேப்பையே வரைந்துவிட்டு, “லைட்டா கீறிடிச்சு மாப்ள, பாலீஷ் போட்டா சரியாயிடும்” எனச் சொல்லி சாவியைத் தூக்கிப் போட்டுவிட்டு ஓடிவிடுவார்கள்.

பண விரயத்தோடு போகும் பிரச்னைகளைத் தாண்டி, கடும் சிக்கலையும் மன உளைச்சலையும் தரும் பிரச்னைகளும் உள்ளன.

நண்பர் ஒருவரின் காரை, ஒரு கும்பல் கடன் வாங்கி பாண்டிச்சேரி சென்று குடித்துவிட்டுத் திரும்புகையில், அல்பத்தனமாக சில ஆஃப் பாட்டில்களை எடுத்துக்கொண்டு வரும்போது மாட்டி ஆப்பு வைத்துவிட்டது. மது கடத்தல் கேஸ் புக் செய்துவிட்டனர் சிலிண்டர் தொப்பி போலீஸார். நண்பரின் கார் சில நாட்கள் போலீஸ் ஸ்டேஷன் வாசலிலேயே காவல் காத்துக்கொண்டு

நின்றிருந்தது. பெரிய போராட்டத்துக்குப் பின்பு அதை மீட்டெடுத்தார். அதற்கும் ட்ரீட் கேட்டு அந்த கும்பல் லந்து செய்தது தனிக் கதை.

பைக்கைத் திருடி சாராயம் கடத்துவது ஒரு காலத்தில் தமிழ்நாட்டில் பெயர் போன கலை. போலீஸ் பிடித்தால், பைக்கையும் சாராயத்தையும் அங்கேயே போட்டுவிட்டு ஓடி விடலாம். அதேபோல, அடுத்தவன் பைக்கில் ட்ரங்க்கன் டிரைவ் பிராக்டீஸ் செய்வது தமிழகத்தில் அவ்வளவாக வெளியே தெரியாத எத்னிக் வீர விளையாட்டு.

வெளிநாட்டில் இருந்து வந்திருந்த நண்பனைப் பார்ப்பதற்காக, புத்தம் புதிதாக வாங்கியிருந்த யமஹா பைக்கை எடுத்துக் கொண்டு சென்றிருந்தேன். வெளிநாட்டில் வேலை வாங்குவது எப்படி; எவ்வளவு சம்பாதிக்கலாம்; என்ன டெக்னாலஜி டிமாண்டாக இருக்கிறது எனப் பேசிக்கொண்டு இருந்தோம். மாடியில் அப்போதே வெளிநாட்டு இறக்குமதி மதுபானம் கரை புரண்டு ஓடிக் கொண்டு இருந்தது. பல நண்பர்கள் வந்திருந்தனர். இரவு மணி பதினொன்று ஆனதும், நண்பன் ஏற்பாட்டில் அனைவருக்கும் அறுசுவை விருந்து. அது முடிந்ததும் இருப்பதிலேயே ஸ்டெடியாக இருப்பதுபோல நடித்துக்கொண்டு இருந்த ஒரு நண்பன், "மாப்ள... புது மாட்டல் யமக்காஹ் வாங்கி இருக்கான். சாவி குடு மாப்ள, செமையா வீலிங் செஞ்சி காட்டறேன்" என சனி சுழி போட்டான்.

வெளிநாட்டு நண்பனும் சூழ்நிலையை ஜாலியாக வைத்திருக்க வேண்டி, "மச்சி, இவன் நல்லா ஸ்டெடியா வீலிங் செய்வான். பயப்படாமக் குடு மச்சி" என எங்கேயோ பார்த்துக்கொண்டு சொல்லி, என்னைத் தர்மசங்கடத்தில் ஆழ்த்தினான். நானும் பாடிகார்ட் முனீஸ்வரரை வேண்டிக் கொண்டு சாவி கொடுத்தேன். சாவி போட்டு கிக்கரை இரண்டு முறை உதைத்து, பின் எந்த அறிவியலாலும் விளக்காவொண்ணா வண்ணம் கார்ட்டூன் போல கீழே விழுந்தான். சில நிமிடங்கள் கேப் விட்டு பின் ஸ்டைலாக எழுந்து, லைட்டாக பின் பக்கம் தட்டிக் கொண்டே, "புது வண்டி இல்ல, அதான் கிக்கர் எதுத்துக்கிட்டு

அராத்து

அடிக்கிது" எனச் சொல்லியபடி சிகரெட் பற்றவைக்கச் சென்று விட்டான். எனக்கு அப்பாடா என இருந்தது. நிம்மதியாக நண்பனுடன் பேச்சைத் தொடர்ந்தேன். திடீரென என் வண்டி ஸ்டார்ட் ஆகும் சவுண்ட் பிரளயம் போலக் கேட்டது. சாவியை வண்டியிலேயே அஜாக்கிரதையாக விட்டுவிட்டேன். மற்றொரு நண்பன் வண்டியை எடுத்து, நின்ற இடத்திலேயே ரவுண்ட் போட ஆரம்பித்தான். சுற்றி நின்று சிலர் கை தட்டிக்கொண்டு இருந்தனர். எனக்கு எழவு வீட்டில் ஒப்பாரிக்குக் கைதட்டுவது போல இருந்தது. நல்ல காலமாக வண்டிக்கு ஏதும் சேதாரம் ஆகும் முன்னே நிறுத்திவிட்டான். இறங்கி வாஷ்பேசினுக்கு ஓடினான். வாழ்க்கையில் முதன்முறையாக வாந்திக்கு நன்றி சொன்னேன்.

ஒரு வழியாக மேலே சென்று படுத்தோம். சில நிமிடங்களில் அறைக் கதவு தட்டப்பட்டது. வெளிநாட்டு நண்பன் சிபாரிசுடன் இன்னொரு நண்பன் நின்றிருந்தான். "மச்சி, இவன்கூட வந்தவன் இவனை விட்டுட்டுப் போயிட்டான். இவங்க வீட்ல இவன் நைட்டு போகலைன்னா, பயங்கர பிரச்னை ஆயிடும். எனக்கு இவனைப் பத்தி நல்லாத் தெரியும். செம ஸ்டெடியா பைக் ஓட்டுவான். இங்கே இருந்து 9 கிலோ மீட்டர்தான் வீடு. பைக்கைக் கொஞ்சம் குடு, காலைல கொண்டாந்து குடுத்துடுவான்" எனச் சொன்னான். சாவியைக் கொடுத்துத் தொலைத்தேன்.

காலையில் அவன் போனுக்கு மெசேஜ் அடித்து அடித்துப் பார்க்கிறோம், ரெஸ்பான்ஸ் இல்லை. எனக்குச் சற்றே பயமாக இருந்தது. "இல்லடா தூங்கிட்டு இருப்பான்" என்றான் நண்பன். ஒரு வழியாக 11 மணிக்கு போனில் அழைத்தான். "வீட்டுக்கு இன்னும் அரை மணி நேரத்தில் வர்றேன். நேர்ல பேசிக்கலாம்" என்றான். "நேர்லயா??? பேசறதுக்கு என்னடா இருக்கு?" எனக் கத்துவதற்குள் லைன் கட்டாகி விட்டது.

நேரில் நடந்து வந்தான்; பைக்கைக் காணோம். வந்து மூன்று டீ குடித்தான்; நான்கு சிகரெட் பிடித்தான்; விஷயம் ஒன்றும் வாயில் இருந்து வரவில்லை. அவனே பேசட்டும் என செம கடுப்பில் அமைதியாக இருந்தேன். ஒரு வழியாக நிமிர்ந்து

பார்த்து க்ளோஸ் அப்பில் பேச ஆரம்பித்தான். "சாரி மாப்ள, கோச்சுக்காத, நைட் போற வழியில தள்ளுவண்டி மேல மோதிட்டேன். சின்ன ஆக்ஸிடென்ட்தான், வண்டிக்கு ஒண்ணும் ஆகலை. வண்டி பல்லாவரம் ஸ்டேஷன்ல இருக்கு... வாங்க போயி பேசி எடுத்துக்கலாம்" என்றான். அவனை அப்படியே பிடித்து நாய் புடிக்கும் வண்டியில் போட்டுவிடலாம் போல இருந்த கோபத்தை வெளிக்காட்டாமல், மன்மோகன்சிங் போல அவனுடன் அமைதியாக நடந்தேன்.

நேராக பல்லாவரம் ஸ்டேஷன் சென்றோம். ரைட்டரிடம், இன்ஸ்பெக்டரைப் பார்க்க வேண்டும் எனச் சொல்லி, ஒரு மணி நேரம் காத்திருத்தலுக்குப் பின்பு அழைத்ததும் உள்ளே சென்றோம். மரியாதையாக எதிரே அமரவைத்தார். பைக்கை எடுத்துச்சென்ற நண்பன் பம்மிப் பம்மிப் பேச ஆரம்பித்தான். "சார், நேத்து கொஞ்சம் தூக்கக் கலக்கத்துல கரெக்ட்டா போலீஸ் ஸ்டேஷனுக்கு எதிர்க்க இட்லி வண்டி மேல மோதிட்டேன். ஸாரி சார், நீங்கதான் வண்டியை எடுத்து ஸ்டேஷன்ல வெச்சிட்டு காலைல வந்து வண்டியை எடுத்துக்கச் சொன்னீங்க. கம்மியா ஃபைன் போட்டு வண்டியைக் குடுத்துடுங்க சார்" என்றான்.

"தூக்கமா? தண்ணி அடிச்சிருந்தியா?" என்றார் மிஸ்டர் இன்ஸ்.

"இல்லை சார், தூக்கக் கலக்கம்தான் சார்."

"ஏய் என்னா விளையாடறியா, நேத்து நைட் இந்த ஸ்டேஷனுக்கு முன்னால எந்த ஆக்ஸிடென்டும் நடக்கலை. நாங்க எந்த வண்டியையும் புடிக்கலை. போதையில எந்த ஸ்டேஷன்ல வண்டியை உட்டோம்னுகூட தெரியாம இங்க வந்து டார்ச்சர் பண்ணிக்கிட்டு, வெளிய போடா..." எனக் கத்தினார் இன்ஸ்பெக்டர்.

திக்பிரமை பிடித்து வெளியே வந்தேன். அவனோ கூலாக ஷாப்பிங் செய்கையில் 'அடுத்த கடை பாக்கலாம் மாப்ள' என்பது போல, "அடுத்து குரோம்பேட்டை ஸ்டேஷன் போய் பாக்கலாம்" என்றான். குரோம்பேட்டை ஸ்டேஷன் உள்ளே நுழைந்ததுமே, இன்ஸ்பெக்டர் இவனைப் பார்த்துக் கத்தினார், "யோவ், அந்த

ஆள் வந்துட்டான் பாரு. நைட்டு என்னா கூத்தடிச்சிட்டுப் போனான். இப்ப பதூசா வந்து நிக்கிறான் பாரு" என்றார். ஸ்டேஷனில் சுற்றும் முற்றும் பார்த்தேன். ஒரு இட்லி வண்டி கிட்டத்தட்ட இரண்டாகப் பிளந்து கிடந்தது. பக்கத்திலேயே என் யமஹா முண்டமாக நின்றுகொண்டு இருந்தது.

இன்ஸ்பெக்டர் என்னிடம் கரிசனமாகப் பேசினார். "சார், உங்க வண்டியா? ஏன் சார் இதுபோல ஆளுங்ககிட்ட எல்லாம் குடுக்கறீங்க? நேத்து நைட்டு ரேஸ் வண்டி மாதிரி நடு ரோட்ல தறிகெட்டு ஓவர் ஸ்பீடுல வர்றான். எங்களைப் பார்த்ததும் சிவனேனு ரோட்டு ஓரமா நின்னு இட்லி வியாபாரம் செஞ்சிக் கிட்டு இருந்த வண்டி நடுவுல போய் வுட்டாங்க. வண்டி ரெண்டாப் பொளந்து இட்லி, ஆஃபாயில், முட்டை, சட்னி, சாம்பார் எல்லாம் புஸ்வாணம் மாதிரி மேல தெறிக்குது. சாப்பிட்டுக்கிட்டு இருந்த ஒரு ஆளு மேல சால்னா அபிஷேகம் ஆயி ஆஸ்பத்திரியில அட்மிட் ஆயிருக்காரு. ஆக்ஸிடென்ட் ஆனதும் நான் கூப்பிடக் கூப்பிட வண்டியைப் போட்டுட்டு ஓடிட்டான் சார். நாங்க டூட்டியில் இருந்தோம், எடுத்துவெச்சோம். இல்லைன்னா எவனாவது பைக்கை எடுத்துட்டுப் போயிருப்பான்" என்றார்.

இட்லிக்காரர் வண்டிக்கு காசு செட்டில் செய்ய அவரைப் பார்த்தோம். "இட்லி சாம்பார் சட்னி எல்லாம் கொட்டிப்போச்சி சார். 120 இட்லி, 60 முட்டை..." என கணக்குச் சொல்ல ஆரம்பித்தார். தலையில் அடித்துக் கொண்டு அதையும் செட்டில் செய்துவிட்டு, பைக்கை மெக்கானிக்கிடம் தள்ளிக்கொண்டு சென்றேன். அவர் ஒரு எஸ்டிமேட் சொன்னார்.

என்ன லாஜிக் என இன்று வரை தெரியவில்லை. பைக்கை ஓட்டிச்சென்று ஆக்ஸிடென்ட் செய்த நண்பன் என்னிடம் டீல் பேசினான். "இதுவரைக்கும் ஆன செலவுல ஆளுக்குப் பாதியாப் பிரிச்சிக்கலாம்(!?). இப்ப எங்கிட்ட காசு இல்லை. நீயே எல்லா செலவும் பாத்துக்க. என் பங்கை நான் மாசா மாசம் கொடுத்துடறேன்" என்றான் அப்பாவி முகத்துடன்.

உங்களுக்கு ஏதாவது புரிஞ்சதா?

6

திருமணம் ஆனதும் ஒருவனின் வாழ்வில் மனைவி வருவாள். கூடவே மச்சினிச்சி, மாமனார் எனப் பல கேரக்டர்கள் அடித்துப் பிடித்து அவன் வாழ்வில் நுழைந்து விடுவார்கள். அதே போல, ஒருவர் கார் அல்லது பைக்கை வாங்கி ஓட்ட ஆரம்பித்ததும் அவர் வாழ்க்கையில் மெக்கானிக், சர்வீஸ் மேலாளர், பெட்ரோல் போடுபவர் எனப் பல கேரக்டர்கள் உள்ளே வந்து உலுக்கி எடுப்பார்கள். இந்த கேரக்டர்களில் மிக முக்கியமான டீம் ஒன்று இருக்கிறது. நைஸாக நுழைந்து வாகனம் ஓட்டும் வாழ்க்கையையே படு சுவாரஸ்யப்படுத்துபவர்கள், டிராஃபிக் கான்ஸ்டபிள் மற்றும் சார்ஜென்ட் எனப்படும் அரசு ஊழியர்கள்தான்.

இந்த இருவர் ஜோடியின் கெமிஸ்ட்ரி, 'ஈருடல் ஒரு மொபைல்' என வாழும் தெய்வீகக் காதல் ஜோடிகளுக்குக்கூட கைவரப் பெறாத பிசிக்கல், ஆர்கனிக், இன்ஆர்கனிக் எனக் கலந்து கட்டிய கெமிஸ்ட்ரி. முதலில் கான்ஸ்டபிள் வாகனங்களைப் பிடித்து லேசாக மிரட்டி கூலிங் கிளாஸ் ஐயாவிடம் அனுப்புவார். 'ஐயா' கட் அண்டு ரைட்டாக, 'ஆயிரம் ரூபாய் ஃபைன் கட்டுங்க' என்பார். கான்ஸ்டபிளைப் பார்த்து ஒரு லுக் விடுவார்.

கான்ஸ்டபிள் புரிந்துகொண்டு, 'ஐயாவை டிஸ்டர்ப் பண்ணாத... இப்படி வா' எனத் தள்ளிக்கொண்டு வந்து, 'ஐயா கோவக்காரரு' எனச் சொல்லிக்கொண்டு இருக்கையிலேயே, கூலிங் கிளாஸ் ஐயா, கேட்க ஆளில்லாத ஆட்டோ டிரைவரை சுளீரென்று அடிக்க, பிடிபட்ட நபர் மிரண்டுபோய், கான்ஸ்டபிள் கேட்கும் பணத்தைக் கொடுத்துவிட்டு எஸ்கேப் ஆவார். கான்ஸ்டபிளிடம் பேரம் படியாமல் சிலர் பேசிக்கொண்டே இருக்கையில், 'யோவ் கோர்ட்டுக்குக் கணக்கு காட்டணுமாம். ரெண்டு கேஸ் குறையுதாம், இந்த ஆளை கோர்ட்டில் ப்ரொட்யூஸ் பண்ணு' என சவுண்ட்விட்டு கிலி கிளப்புவார் ஐயா. இவர்களின் கெமிஸ்ட்ரி, ரகளையான கெமிஸ்ட்ரி.

100 முதல் 2,000 வரை நடுத் தெருவில் நின்றுகொண்டு பாக்கெட் மணி சேகரிப்பது இந்த ஜோடிகளின் ஹாபி. சின்னச் சின்னப் பிரச்னைகளுக்குத்தான் நான் சொன்ன 100 முதல் 2,000 கணக்கு. பெரிய விஷயம் என்றால், அது ஸ்டேஷன் பக்கத்தில் இருக்கும் டீக்கடைகளில் டீலிங் நடக்கும்.

நல்ல, நேர்மையான போலீஸ்காரர்களும் நிச்சயம் இருக்கிறார்கள். இந்த டிராஃபிக் கான்ஸ்டபிள் வேலையும் சாதாரணமானது அல்ல; கடும் வெயிலில் நின்று கொண்டே இருக்க வேண்டும். டீசல் புகைக்கு நடுவே தொடர்ந்து வேலை செய்ய வேண்டும். நேரம் பார்க்காமல் மழை, வெயிலுக்கு இடையே விஐபி கிராஸிங்குக்காக நிற்க வேண்டும். அதிகாலை 6 மணிக்கே நடுரோட்டில் நிற்பது சென்னை டிராஃபிக் போலீஸ் மட்டுமே! எனக்குத் தெரிந்து டிராஃபிக்கைக் கையாள்வதிலும் சென்னை போலீஸ்தான் பெஸ்ட்.

இருப்பினும், சில டிராஃபிக் போலீஸ்காரர்கள் செய்யும் அலும்புகள் கொஞ்ச நஞ்சமா? கான்ஸ்டபிள் சார்ஜென்ட் ஜோடியில், சார்ஜென்ட்தான் சீனியர். இவர் ஆட்டையைப் போட புவியியல் மற்றும் சைக்காலஜி அறிவின் துணைகொண்டு, டெக்னிக்கலாக ஓர் இடத்தைக் கவனமாக தேர்ந்தெடுப்பார். அந்த இடத்தில் சார்ஜென்ட் சற்று மறைவாக நின்றுகொள்வார். மலச் சிக்கலில் மாட்டியதுபோல அவர் முகம் கடுகடுவென இருக்கும்.

எதோ பேப்பரைக் கையில் வைத்துக்கொண்டு, கூலிங் கிளாஸ் வழியாக அதைப் பார்த்துக்கொண்டு இருப்பார். கான்ஸ்டபிள் கொஞ்சம் சாந்தமான முகத்தோடு, கூலிங் கிளாஸ் போடாமல் அசிரத்தையாக யூனிஃபார்ம் போட்டபடி, ரோடு ஓரத்தில் இருந்து நடுரோடு வரை சடுகுடு ஆடியபடி இருப்பார்.

சமூகவியல் மற்றும் சைக்காலஜி அத்துப்படி என்பதால், மக்கள் பரபரப்பாக வேலைக்குச் செல்லும் பீக் ஹவரில், டிராஃபிக் அதிகம் இருக்கும் இடங்களில் பைக்குகளை மடக்கித் தொந்தரவு செய்ய மாட்டார்கள். மக்கள் அன்றைய வாழ்க்கையில் செட் ஆன பின்பு, 11 மணிவாக்கில் தன் வேட்டையை முழு வீச்சில் ஆரம்பிப்பார்கள். அவர்கள் நின்று வாகனங்களை மடக்கும் இடங்களுக்கு அருகே, நிச்சயம் ஏடிஎம் இருக்கும். ஆங்கில L, S, Z போன்ற ரோட்டு வளைவுகளில், மர்மமாக நிற்பார்கள். முதல் ஷிஃப்ட் கலெக்‌ஷன் முடிந்ததும் உணவு இடைவேளை. பிறகு, இரண்டாம் ஷிஃப்ட் மாலை 5 மணிக்குள் முடித்துவிடுவார்கள். மாலை 6 மணி முதல் மக்கள் அலுவலகம் விட்டு சீரியல் பார்க்க தலைதெறிக்க வீட்டுக்கு ஓடும் நேரம் என்பதால், அப்போது மடக்கினால் மக்கள் புரட்சி வெடித்துவிடும் என அவர்களுக்கு நன்கு தெரியும்.

மூன்றாவது ஷிஃப்ட், 'ட்ரங்கன் டிரைவ்' ஸ்பெஷல் ஷிஃப்ட். மனசாட்சிக்குக் கட்டுப்பட்டு, நியாயமாக 11 மணிக்குத்தான் வேட்டையை ஆரம்பிப்பார்கள். கலெக்‌ஷனைப் பொருத்து இந்த ஷிஃப்ட் அதிகாலை 2 மணி வரை நீடிக்கும். இங்கு பலருக்கும் குடிக்காமலேயே வாய்துர்நாற்றம் அடிப்பதால், ஊதச் சொல்லிக் கண்டுபிடிப்பதில் போலீஸுக்கு அசாத்தியத் திறமை வேண்டும். குடிகாரர்களிடம் சாஃப்ட்டாகத்தான் நடந்துகொள்கிறார்கள். குடிகாரர்கள் போதையில் பிரச்னை செய்யாமல், குற்ற மனதுடன் பணம் கொடுத்துவிடுவது காரணமாக இருக்கலாம். 'இனிமே குடிச்சிட்டு வண்டி ஓட்டக் கூடாது. என்னா?' என அறிவுரையைப் பாசமாகச் சொல்லி அனுப்பிவிடுகின்றனர்.

ஷேர் ஆட்டோக்காரர்களிடம் பேசி வைத்துக்கொண்டு, சுழற்சி முறையில் கேஸ் போடுவார்கள். ஃபைன் போடுவார்கள். கேஸ்

மற்றும் ஃபைன் சுழற்சி முடிந்த ஷேர் ஆட்டோ எனில், ஆட்டோ டிரைவர் கையில் காசு எடுத்து ரெடியாக வைத்து, ஜன்னலுக்கு வெளியே கையைத் தொங்கவிட்டபடி இருப்பார். கூலிங் கிளாஸ் போடாத கான்ஸ்டபிள் அதை கரெக்ட்டாக லபக்கிக் கொள்வார். இதே முறை, லோடு வண்டிகளுக்கும் பொருந்தும். இந்த அளவு அண்டர்ஸ்டேண்டிங் லாரி விஷயத்தில் கிடையாது. லாரிகள் பல மாநகரங்களில் இருந்தும் வருவதால், துரத்திப் பிடித்து விசாரித்து என நிறைய உழைப்பைப் போட்ட பின்பே காசைப் பார்க்க முடியும்.

பைக்தான் இவர்களின் டார்கெட். கார் என்றால், கொஞ்சம் அலர்ஜி. காரில் செல்பவர்கள் எல்லோரும் ஏதாவது அரசியல்வாதியின் பெயர், போலீஸ் பெயர், செக்ரட்ரியேட் எனச் சொல்லி மிரட்டுவதால், இந்த அலர்ஜி. இப்போது மாருதி 800, அம்பாஸடர், இண்டிகா போன்ற கார்களின் மீது மரியாதை குறைந்து நிறுத்திவிடுகின்றனர்.

அவ்வப்போது ஏதாவது சீஸன், இவர்களின் வாழ்க்கையை வசந்த காலமாக்கும். ஹெல்மெட் சீஸன் என இரண்டு மாதங்கள் சக்கைப் போடு போடுவார்கள். நம்பர் பிளேட் ஸ்டிக்கரில் இருக்கக் கூடாது. பெயின்ட்டில் இருக்க வேண்டும் என ஒரு சீஸன். கார் கண்ணாடியில் சன் கன்ட்ரோல் ஃபிலிம் எனக் கொழுத்த சீஸன்.

என்னதான் இருந்தாலும் தமிழ்நாட்டு போலீஸ் என்பதால், சென்டிமென்டுக்கு தனி இடம் கொடுப்பார்கள். மனைவியோடோ அல்லது கள்ளக் காதலியோடோ ஃபேமிலிமேன் லுக்கில் இருந்தால், பிடிக்க மாட்டார்கள். காதலியோடு சென்றால், நிச்சயம் பிடிப்பார்கள். அதுவும் கிழக்குக் கடற்கரைச் சாலை என்றால், மாட்டுவது நிச்சயம். பின் சீட் பார்ட்டி ஸ்லிம்மாக இருந்தாலோ, சிவப்பான தன் முகம் கருத்துவிடும் என்பதற்காக துப்பட்டாவை முகமூடி போல சுற்றி இருந்தாலோ, இவர்களுக்கு அவள் காதலி. மடக்கிய பின்பு டிராஃபிக் சம்பந்தமாக ஏதும் கேட்க மாட்டார்கள். கலாசாரக் காவலர்களாக மாறிவிடுவார்கள்.

நண்பன் ஒருவன் சனிக்கிழமை அன்று அவன் அலுவலகத்தில்

இங்கு பஞ்சர் போடப்படும்

வேலை செய்யும் பலநாள் தோழியை கையில் காலில் விழுந்து, பழந்தமிழர் கட்டடக் கலை, சிற்பத்தின் சிறப்பு, பல்லவ நாட்டுச் சிற்பிகளின் அர்ப்பணிப்பு, கடலில் மூழ்கி இருக்கும் கோவில்கள் எனப் பலவற்றையும் பல்லவ நாட்டு பிஆர்ஓவாகவே மாறி, தோழி மிரளும் அளவுக்குச் சொல்லிச் சொல்லி மாமல்லபுரத்துக்கு அவனுடன் வரச் சம்மதிக்க வைத்தான்.

காலையில் எழுந்து பைக்கைக் கழுவித் துடைத்து, தோழி அமரும் இடம், அவள் கால் வைக்கும் இடம் எக்ஸ்ட்ராவாக பாலீஷ் செய்து, அவளைப் போய் பிக்அப் செய்தான். முதன்முதலாக காபி ஷாப்புக்குச் சென்றான். பைக்கில் அவளுடன் மாமல்லபுரம் நோக்கி ஈசிஆரில் செல்கையில், திருவான்மியூர், பாலவாக்கம், நீலாங்கரை, வெட்டுவாங்கேணி என அனைத்தும் நொடிகளில் கடந்தது போல இருந்தது. பைக் டோல் பிளாசாவுக்கு சற்று முன்னால் வந்தபோது, பைக்கில் ஜோடியாக வரும் இளம் சிட்டுக்களை மட்டும் இரண்டு கான்ஸ்டபிள்கள் அன்பாக நிறுத்தி, அரவணைத்து அழைத்துச் சென்று பைக்கை ஸ்டாண்ட் போடச் சொன்னார்கள்.

இதெல்லாம் நமக்கு சர்வ சாதாரணம் என்பதுபோல, நம்மாளும் பேப்பர்ஸை எடுத்துக் கொண்டு சென்றிருக்கிறான். பேப்பர்ஸை அலட்சியமாகத் தூக்கி போட்டுவிட்டு, "அவங்க யாரு பொண்டாட்டியா?" என கூலிங் கிளாஸ் கேட்டிருக்கிறார்.

"இல்லை சார்."

"அப்ப லவ்வரா?"

"இல்லை சார்.."

"அப்ப தள்ளிட்டுப் போறியா?"

"சார், கொஞ்சம் மரியாதையா பேசுங்க!"

"என்னடா மரியாதை...?"

"சார், என்கூட வேலை செய்யற பொண்ணு. ஐடி கார்டு வேணா காட்டறேன்."

“ரெண்டு பேரும் வீட்டு நம்பர் குடுங்க, கேஸ் ஃபைன் எதுவும் கேக்கலை. உங்க வீட்டுல இருந்து அப்பா, அம்மா வந்து எங்ககிட்ட சொல்லிட்டு உங்களைக் கூட்டிக்கிட்டுப் போகட்டும்.” இவர் இப்படி எல்லாம் பேச சட்டத்திலோ, முட்டத்திலோ எங்கும் இடம் இல்லை எனினும், தமிழ்நாட்டு கேடுகெட்ட ஒருதலைக் காதலனால் என்ன செய்ய முடியும்?

“இங்க வாம்மா” என தோழியை அழைத்தார். “உன் அப்பா அம்மா நம்பர் குடு” என்றார்.

தோழிக்கு அழுகை முட்டிக்கொண்டு வந்தது. நண்பன் கெஞ்ச ஆரம்பித்தான். “சார், வீட்டுக்கு எல்லாம் எதுக்கு சார்? நாங்க என்னா தப்பு பண்ணோம் சார்?”

“சென்னையில இல்லாத பீச்சா, கோவிலா? இங்க ஏண்டா போறீங்க? சவுக்குத் தோப்பில் ஒதுங்கி, எதாவது பண்ணிட்டு, இவளைக் கொலை பண்ணிட்டு நீ போயிடுவ. நாங்கதான் மாரடிக்கணும்!”

தோழி இவனிடம், “என் வீட்டில் என் ஃப்ரெண்டு சாந்திகூட போறேன்னுதான் சொல்லிட்டு வந்திருக்கேன். இவங்ககிட்ட அசிங்கப்படுவதற்கு எங்க அம்மா அப்பாகிட்டயே சொல்லிட றேன், அவங்க புரிஞ்சிக்குவாங்க. நீ என்கூட வேலை செய்றதும் அவங்களுக்குத் தெரியும்” என்றாள். அவள் மொபைலை அவரிடம் கொடுத்து, “எங்க அப்பா நம்பர். கூப்பிட்டுச் சொல்லுங்க” என்றாள்.

கூலிங் கிளாஸுக்கு சுரத்து குறைந்தது. “அவரு வந்தாலும், உடனே கூப்பிட்டுக்கிட்டுப் போக முடியாதும்மா. ஸ்டேஷன் வரணும், எழுதிக் கொடுத்துட்டுக் கூப்பிட்டுப் போகணும். போய் ஓரமா நில்லுங்க” என்றார்.

கான்ஸ்டபிள் 10 நிமிடங்களுக்குப் பிறகு வந்து, “ஏன் சார் தேவையில்லாத பிரச்னை. எதாவது கவனிச்சிட்டுப் போங்க, நான் சொல்லிக்கிறேன்” என்றார். ரூபாயை உரிமையாகக் கேட்டு வாங்கிக் கொண்டு, “வீக் டேஸ்ல போங்க சார், தொந்தரவு

இங்கு பஞ்சர் போடப்படும்

இருக்காது" என வாங்கிய காசுக்கு டிப்ஸ் கொடுத்தார்.

இதனால் நடந்த நல்லது என்னவென்றால், அதுவரை நண்பர்களாக இருந்த இருவரையும் காதலர்களாக மாற்றியதுதான் காவல் துறையின் சாதனை. தோழியை வீட்டில் இறக்கிவிடுகையில் நண்பனை முத்தமிட்டு, 'லவ் யூ' சொல்லி வீட்டினுள் நுழைந்தாள்.

7

கருத்துச் சொல்வதில் நம் ஆட்களுக்கு அலாதிப் பிரியம். பெண்கள் தங்கள் டிஷர்ட்டில் கிண்டலாகக் கருத்து எழுதி, கவனத்தைக் கவர்வது பல காலமாக ஃபேஷன். நம் ஆட்கள் அந்த ஃபேஷனைத் தோற்கடிக்கும் வகையில், கார் பைக்கில் எல்லாம் கருத்தைத் தெளிப்பதில் உலக சாதனை படைத்து வருகிறார்கள். பெரும்பான்மையான மக்கள் கருத்துச் சொல்லும் சாதனமாக வாகனங்களைப் பயன்படுத்தினாலும்... மைனாரிட்டியினர் தங்களது அன்பை, பாசத்தை வெளிக்காட்டும் சாதனமாகவும் வாகனங்களைப் பயன்படுத்துவது உண்டு.

'ஐ லவ் மம்மா, ஐ லவ் சுஜிக்குட்டி' என்றெல்லாம் எழுதி அன்பை ஆறாக ஓட விடுவார்கள். சிலர் ரொம்ப உணர்ச்சிவசப்பட்டு, தங்கள் கார்களையே ரேஷன் கார்டாக உபயோகிப்பதும் உண்டு. பெரிய தாத்தா பெயர் முதல் வயிற்றில் சில மணித் துளிகளுக்கு முன்னால் உருவான கருவின் பெயர் வரை ஒரே ஃபான்ட்டில் கார் முழுக்க எழுதி வைப்பார்கள்.

சில விளம்பர அன்பு வெறியர்கள், பெயரோடு விடாமல் குடும்ப

போட்டோவையும் போட்டு குலை நடுங்க வைப்பதும் உண்டு. வெட்டி பந்தாவுக்காகக் கண்டதையும் எழுதும் போக்கும் நிலவுகிறது. இவர்கள் வாகனம் வாங்கியதும் முதல் வேலையாக அதைக் கொண்டுபோய் நிறுத்துமிடம் ஸ்டிக்கர் கடைதான்.

கண்டதையும் எழுதி வாகனத்தைக் களங்கப்படுத்துவதில் பைக், ஆட்டோ, லாரி, கார், பஸ், வேன் இவர்களுக்குள் கடும் போட்டி. நாங்கள் மட்டும் சளைத்தவர்களா என ஷேர் ஆட்டோக்களும் புதிதாகக் களத்தில் குதித்துக் கலக்கிக்கொண்டு இருக்கின்றன. இந்த விஷயத்தில் விட்டுக்கொடுக்கக் கூடாது என வீராப்பாக மாட்டு வண்டிகளும், குதிரை வண்டிகளும்கூட போட்டி போடுகின்றன.

'எங்கிட்ட மோதாதே, தொடர்ந்து வா... தொட்டு விடாதே, டோண்ட் கிஸ் மீ' போன்ற டபுள் மீனிங் வாசகங்கள் இடம் பெற்றிருக்கும். 'நாம் இருவர் நமக்கு மூவர்' என இன்னும் பெயிண்ட் மாற்றாமல் ஓடும் லாரிகளை எப்போதாவது காண நேரிடலாம். 'நாமே குழந்தை, நமக்கேன் குழந்தை' லாரிகளையும் பார்க்கலாம். குழந்தை விஷயத்தில் பல்வேறு கொள்கைகளுடன் பல லாரிகள் ஓடிக்கொண்டுள்ளதை நுட்பமாகப் பார்த்தால் உணர முடியும்.

அரசாங்கப் பேருந்துகளைத் தவிர, மற்ற தனியார் பேருந்துகள் எந்த ஊருக்குச் செல்கின்றன என்ற போர்டை இந்தியா மேப்பில் கண்ணம்மாப்பேட்டையைத் தேடுவது போல தேட வேண்டியிருக்கும். பஸ்ஸா, இல்லை தியேட்டரா அல்லது ஏதேனும் எலக்ட்ரானிக் பொருட்கள் விற்கும் கடையா எனக் குழம்பும் வகையில் 5.1 மல்ட்டி சேனல் சிஸ்டம், டிஜிடல் டீடிஎஸ், டால்பி ஸ்டீரியோ, ஸரவுண்டு சவுண்ட் சிஸ்டம் என முன் பக்கம் 3டீ ஸ்டிக்கர்கள் மிரட்டும்.

பஸ் ஓனருக்கு, தெரியாத்தனமாக மூன்று பெண் குழந்தைகள் சைக்கிள் கேப்பில் தொடர்ந்து பிறந்து இருக்கும். தன் எதுகை மோனை அறிவை குழந்தைகளுக்குப் பெயர் வைப்பதில் பயன்படுத்தி, குடும்ப வட்டாரத்தில் அடைந்த புகழை மாவட்ட அளவில் அடையும் பொருட்டு, பேருந்திலும் திவ்யா, நவ்யா,

பவ்யா என நளினமாக எழுதிவைத்து இருப்பார். பேருந்தின் சைடில் தங்கத்தேர், ராஜரதம் என எழுதி இருக்கும். சில பேருந்துகளில் ஒரு ராக்கெட் படத்தை, நெருப்பைக் கக்கிக் கொண்டு சீறிப் பாய்வதைப் போல போட்டு, 'ஏர் ஜெட்' என எழுதி திகிலைக் கிளப்புவார்கள். கிராமங்களுக்கு உள்ளேயே சுற்றும் மினி பஸ்களில்கூட 'பைபாஸ் ரைடர்' என எழுதிக் குழப்பி அடிப்பார்கள். டீலக்ஸ், சூப்பர் டீலக்ஸ், அல்ட்ரா டீலக்ஸ், லக்ஸூரி க்ளாஸ், ப்ரீமியம் க்ளாஸ் என என்ன எழுதி இருந்தாலும் அதற்கெல்லாம் ஒரு அர்த்தமும் இல்லை. சமயங்களில் இந்தப் பேருந்துகளில் சீட்டைக் கொஞ்சம் பின்னால் சாய்க்கலாம்; அவ்ளோதான் இதற்கு அர்த்தம்.

கார் வைத்திருப்பவர்கள் கொஞ்சம் தனித்தன்மையுடன் எழுதுவதில் கில்லாடிகள். 'நோ ரூல்ஸ்' என சிவப்பு கலரில் கொட்டை எழுத்தில் எழுதி விட்டு, டிராஃபிக் கான்ஸ்டபிள் கை காட்டியவுடன் எல்லா பேப்பரையும் எடுத்துக்கொண்டு இறங்கி பவ்யமாகக் கை கட்டி நிற்பார்கள். பதட்டத்தில் வாட்டர் வாஷ் செய்த பில்லையும் காட்டி கான்ஸ்டபிளை டென்ஷன் ஏற்றுவார்கள். It's my dad's road என பந்தாவாக ஸ்டிக்கர் ஒட்டி வைத்துக் கொண்டு, சிக்னலில் பச்சை விழுந்தும் பத்து விநாடிகள் கழித்துதான் காரை பயந்து கொண்டே எடுப்பார்கள். God's Gift என ஸ்டிக்கர் ஒட்டிய கார்களும், பைக்குகளும் பல ஒயின் ஷாப்புகளின் ஓரத்திலேயே எப்போதும் நின்றிருக்கும்.

'நோ கேர்ள் ஃபிரண்ட், நோ டென்ஷன்' என எழுதி ஒட்டி இருப்பார்கள். இந்த ஸ்டிக்கர் 'சீ.. சீ, இந்தப் பழம் புளிக்கும்' என்பதன் லேட்டஸ்ட் வெர்ஷன். உச்சகட்ட காமெடி என்னவெனில், ஸ்டைல் என நினைத்து மார்ல்ப்ரோ, 555 போன்ற சிகரெட் கம்பெனிகளின் விளம்பரங்களை தங்கள் சொந்தச் செலவில் பெயின்ட் செய்து இருப்பார்கள். சிலர், தங்கள் மதக் கடவுளுக்கு கார் கண்ணாடியில் மார்க்கெட்டிங் செய்வார்கள். தொழில் சார்ந்த ஸ்டிக்கர்களை காரில் ஒட்டுவது எதற்கு என்றே தெரியவில்லை.

டிராவல் டாக்ஸி, மேக்ஸி கேப்புகள் இதில் ரொம்பவும்

இங்கு பஞ்சர் போடப்படும்

நல்லவர்கள். 'ராஷ் டிரைவிங் செய்தாலோ, இந்த வேகத்தை மீறினாலோ, இந்த எண்ணுக்கு போன் செய்யுங்கள்' என கார் கண்ணாடியின் முன்னும் பின்னும் தெளிவாக எழுதியிருப்பார்கள். ஆனால், அந்த எண்ணுக்கு நீங்கள் போன் அடித்தால் யாரும் எடுக்கமாட்டார்கள். அப்படியே எடுத்தாலும், கார் எண் என்ன, எந்தச் சாலையில் என எந்த விவரமும் கேட்காமல், "நாங்கள் சொல்கிறோம். நாங்கள் பார்த்துக் கொள்கிறோம்" என கண் ஆஸ்பத்திரி விளம்பரம் போலப் பேசுவார்கள்.

அரசியலில் இருப்பவர்கள் தங்கள் தலைவர், தான் சார்ந்த கோஷ்டி தலைவரில் ஆரம்பித்து, அவரின் மகன், பேரன், கொள்ளுப் பேரன் வரை போட்டோ ஒட்டி இருப்பார்கள்.

சிறுவர் முதல் கிழவர்கள் வரை எல்லோருக்கும் 'அகர முதல எழுத்தெல்லாம்' என்ற குறள் தெரிகிறதோ இல்லையோ, 'சீறும் பாம்பை நம்பு, சிரிக்கும் பெண்ணை நம்பாதே' என்ற வாசகம் நிச்சயம் தெரியும். இதற்குக் காரணம், தத்துவ உலகின் தலைமை ஞானிகளான ஆட்டோ ஓட்டுநர்கள்தான். பல தத்துவங்கள் இவர்களின் கலந்துரையாடலின்போது கிடைக்கப் பெற்று, ஆட்டோவின் பின்புறம் சாகாவரம் பெற்ற வாசகமாகப் பொறிக்கப்பட்டு, தமிழ் சமூகம் தலைமுறை தலைமுறையாகப் படித்து பயன்பெறும்.

காலத்தால் அழியாத சில கிளாஸிக் ஆட்டோ வாசகங்கள்.

'ஆடிக்குப் பின்னால் ஆவணி...
என் தாடிக்குப் பின்னால் தாவணி!'

'கண்களை சேலையில் அலைய விடாதே...
காலனின் ஓலையை அழைத்து விடாதே!'

'கடவுள் காதலித்தால் புராணம்...
மனிதன் காதலித்தால் மயானம்!'

இப்படி இவர்கள் தத்துவமாகப் பொழிந்தாலும், தத்துவத்துக்கெல் லாம் அப்பாற்பட்டுதான் ரேட் கேட்பார்கள். ஒரு இடத்துக்குப் போவதற்கு இவர்கள் கேட்கும் ரேட் எந்த லாஜிக்கிலும்

பொருந்தாது. ரேட் கட்டுப் படியாகி ஆட்டோவில் பயணிக்கை யில், நாம் ஒரு வார்த்தை பேசி விட்டால் போதும், சென்னை நகர் முழுக்க ஓடும் அனைத்து ஆட்டோக்களின் பின்புறம் எழுதப்பட்டிருக்கும் அனைத்து வாசகங்களையும் விளக்கி, சொற்பொழிவு ஆற்ற ஆரம்பித்து விடுவார் ஆட்டோ டிரைவர்.

மொத்தத்தில் விளம்பரப் பிரியர்கள், தத்துவப் பிரியர்கள், ஜாலி கோலி பேர்வழிகள் அனைவரும் தத்தம் வெறியைத் தீர்த்துக்கொள்ள வாயில்லா வாகனங்கள்தான் மாட்டுகின்றன. இந்த வெறி அளவோடு இருந்தால்கூட பொறுத்துக்கொள்ளலாம். அளவுக்கு அதிகமாக ஆகி, நம்பர் பிளேட் வரை கை வைக்கும் போதுதான் பிரச்னை ஆகிறது. ஆம்புலன்ஸுகளிலும், அமரர் ஊர்திகளிலும்கூட தற்போது தத்துவங்களும் விளம்பரங்களும் தென்படுகின்றன. அமரர் ஊர்திகளிலும் இப்போது அரசியல் வாதிகள், சமூக சேவகர்கள், மதத் தலைவர்கள் சிரிக்க ஆரம்பித்து இருக்கிறார்கள்.

'எனக்கு ஸ்டிக்கரே வேண்டாம்' என்று எதையும் ஒட்டாமல் நாம் இருந்தாலும், விதி வலியது. சர்வீஸ் ஒழுங்காகச் செய்கிறார்களோ இல்லையோ, அந்த சர்வீஸ் சென்டர் அட்டெண்டர்கள் முதல் வேலையாக ஸ்டிக்கர்களை முன்னும் பின்னும் தெளிவாக ஒட்டிவிடுவார்கள். மியூசிக் சிஸ்டம் மாட்ட, அலாய் வீல் போட என ஆக்சஸரீஸ் கடைகளுக்குச் சென்றால், அவர்களும் தங்கள் பங்குக்கு இலவசமாக அவர்கள் கடை விளம்பரத்தை நம் காரில் பார்த்துக் கொள்கிறார்கள். இப்போதெல்லாம் வெளியே வாட்டர் வாஷ் விடக்கூட பயமாக இருக்கிறது. அவர்களும் ஸ்டிக்கர்களுடன் அலைய ஆரம்பித்திருக்கிறார்கள்!

8

பொண்ணுக்கோ பையனுக்கோ கல்யாணம் பண்ணலாம் எனப் பேச்சு ஆரம்பித்து, வெட்டியாகப் பேசிப் பேசி, பிராக்டிக்கலாக வரன் பார்க்கும் சம்பவம் நடக்க... ஒரு சில வீடுகளில் குறைந்தது நான்கு வருடங்கள் ஆகிவிடும். சம்பந்தப்பட்டவர்கள் அதுவரை தேவதையுடனும் ராஜகுமாரனுடனும் கனவு கண்டபடி இருப்பார்கள். இதேபோலத்தான் முதன்முதலாக கார் வாங்க வேண்டும் என்ற பேச்சு ஆரம்பிப்பதற்கும் உண்மையாக கார் வீட்டுக்கு வருவதற்கும் ஏகப்பட்ட கால இடைவெளி இருக்கும். அதற்குள் பலதரப்பட்ட பேச்சுவார்த்தைகள், வட்டமேஜை மாநாடுகள், பலரின் அறிவுரைகள், கடும் சண்டை என வீடு அதகளப்படும். மிடில் கிளாஸ் வீட்டில் ஒரு மாதம், செலவெல்லாம் போக 4,000 ரூபாய் மீதம் வரும்போது, குத்துமதிப்பாக கார் வாங்கலாம் என்ற பேச்சு அடிபட ஆரம்பிக்கும்.

'இப்ப எல்லாம் கார் வாங்குறது ரொம்ப ஈஸி. ஆபீஸுக்குப் போற வழியெல்லாம் கார் வாங்கிக்கோ, கார் வாங்கிக்கோனு கையைப் பிடிச்சு இழுக்குறாங்க' என கார் வாங்குவதற்கான அடித்தளம் போடுவார் குடும்பத் தலைவர். அதுவரை காருக்கு

அராத்து

நான்கு வீல் மற்றும் ஒரு ஸ்டீயரிங் என்ற அளவில் மட்டுமே விபரம் தெரிந்த குடும்ப உறுப்பினர்கள் அனைவரும், விஸ்வரூபம் எடுத்து கார் எக்ஸ்பர்ட்டுகளாக மாறுவார்கள். அம்பாஸடர் ஆரம்பித்து ரோல்ஸ்ராய்ஸ் வரை பிரித்துக் காயப் போடுவார்கள்.

கார் வாங்குவதற்குப் பணம் ஏற்பாடு செய்யும் நபர், பெரும்பாலும் வீட்டில் ஒருவராகத்தான் இருப்பார். அவரும் கையிருப்புப் பணம் எவ்வளவு என்பதையெல்லாம் யோசிக்காமல், அனைத்து கார்களையும் ஆன்லைனில் பார்க்க ஆரம்பிப்பார். கிட்டத்தட்ட இரண்டு வார இரவுகளை கார் தேடுவதிலும், கார்களின் சாதக பாதகங்களைத் தெரிந்துகொள்வதிலும் செலவிட்ட பின்பு, ஒரு காரைத் தேர்வு செய்திருப்பார். அதன் ஆன் ரோடு விலையைக் கடைசியாகப் பார்த்து அதிர்ச்சியாகி, “கார் வாங்குறது கூட்டிக் கழிச்சுப் பார்த்தா, தொந்தரவுதான்” என பஞ்ச் டயலாக் பேசி, கார் வாங்கும் கனவில் இருந்த குடும்ப உறுப்பினர்களுக்கு 'அல்வா' கொடுப்பார். இப்படி ப்ராஜெக்டை ஆரம்பிக்காமலேயே ஊத்தி மூடும் புண்ணியவான்கள் ஒரு பக்கம் என்றால், ப்ராஜெக்ட் உள்ளே நுழைந்து குடைச்சல் கொடுப்பவர்கள் அடுத்த ரகம்.

கார் வாங்க வேண்டும் என்ற எண்ணம் தோன்றிய உடனேயே, “எதுவா இருந்தாலும் ஃபீல்டுல இறங்கிடணும் மாப்ள” என்ற அரிய தத்துவத்தை உதிர்த்து, அனைவரையும் அண்ணாந்து பார்க்க வைத்துவிட்டு ரோட்டோரமாக நின்றுகொள்வார்கள். சாலைகளில் செல்லும் கார்களை நோட்டம் விடுகிறார்களாம். என்னென்ன பிராண்ட் கார்கள் உள்ளன என முதலில் மனப்பாடம் செய்வார்கள். அதன் பிறகு, கார் வைத்திருக்கும் நண்பர்களிடம், “இந்த கார் ஏன் வாங்கின? 'ஒக்காட்டாவியா' இதைவிட நல்லா இருக்குமே?” எனப் பேச்சுக் கொடுத்துக் கலங்கடிப்பார்கள். காரினுள் அமர்ந்து, ஆன் செய்யாமலேயே ஸ்டீயரிங்கை சின்னக் குழந்தைகள் திருப்புவதுபோல திருப்பிப் பார்த்து, “என்னாடா இது, இவ்ளோ டைட்டா இருக்கு?” என்பார்கள். “புதுசா கார் வாங்கலாம்னு இருக்கேன்” என ஆரம்பித்து, பொத்தாம்பொதுவாக பல கேள்விகளைக் கேட்டு திகைக்க வைப்பார்கள்.

“இந்த கார்ல என்ன ஸ்பெஷல்?”

“என்னா மாடல் கார் இது?”

“கார்ல என்ன இன்ஜின் இருக்கு?”

“இந்த கார் எப்பிடி?”

“இந்த காரை நல்லா அடிக்கலாமா(!) தாங்குமா(?)”

இதைப்போல எகனைமொகனையான கேள்விகளால் தாக்குண்டு, 'நாம்தான் ஒன்றும் தெரியாமல் கார் வாங்கிவிட்டோம்போல' என தாழ்வு மனப்பான்மையால் தவிப்பார் கார் ஓனர். நண்பர்களை அடித்துத் துவைக்கும் வேலையைச் செவ்வனே செய்த பின், கார் வாங்க நயா பைசா இல்லாமல் பந்தாவாக ஷோரூம் விசிட் அடிக்க ஆரம்பித்துவிடுவார்கள். ஷோரூமுக்குப் போய் சேல்ஸ் பெர்சன் விசிட்டிங் கார்டு, கார் பிரவுச்சர், லோன் டீட்டெயில் எனப் பக்காவாக கலெக்ட் செய்து, ஃபைல் செய்துவைத்துக்கொண்டே இருப்பார்கள். டெஸ்ட் டிரைவ் செல்ல குடும்ப சகிதமாக ஷேர் ஆட்டோவில் வந்து இறங்குவார்கள். ஷோரூம்காரர் ஜெர்க் ஆகி கார் சாவியைக் குடும்பத் தலைவரிடம் கொடுத்ததுதான் தாமதம், குழந்தைகள் முன் சீட்டுக்கும் பின் சீட்டுக்கும் தாவ ஆரம்பிக்கும். ஷோரூம் ஆள், கையைப் பிசைந்தபடி நிற்பார். ஒருவழியாக மனதைத் தேற்றிக்கொண்டு, “ஓட்டிப் பாருங்க சார்” என்று சொன்னால், “ஹி ஹி... எனக்கு கார் ஓட்டத் தெரியாதுங்க” என்பார் தலைவர்.

“அப்புறம் எப்படி சார் டெஸ்ட் டிரைவ் பண்ணுவீங்க?” என்றால், “நீங்க ஓட்டுங்க, நாங்க ஒக்காந்துட்டு வர்றோம். கார் எப்பிடி ஓடுதுன்னு பார்க்குறோம். மாமல்லபுரம் வரைக்கும் ஓட்டிக் காட்டினீங்கன்னா பிரேக்கு, ஸ்பீடு, மைலேஜ், ஏ.சி எல்லாத்தையும் பார்த்துக்குவேன். அப்புறம் சார், காரை மாமல்லபுரத்தில் ஜஸ்ட் இரண்டு மணி நேரம் நிறுத்தினா, சும்மா பசங்களுக்கு பீச் காட்டிட்டு, கோயில்ல ஒரு எட்டு தலை காட்டிட்டு வந்துடுவோம்” எனக் கூறி, பிக்னிக் பிளானை நைஸாக டெஸ்ட் டிரைவுக்குள் திணிப்பார்.

ஷோரூம்காரர், மயக்கம் வராத குறையாகத் தயங்கி நிற்க, “என்னாங்க, மத்த காரையெல்லாம் ரெண்டு நாள் நம்மகிட்டயே தந்துடுறாங்க, வீட்ல வெச்சி (!) ஓட்டிப் பாத்துக்கலாம். எனக்கு ஓட்டத் தெரியாதுங்கிறதால உங்களை ஜஸ்ட் மாமல்லபுரம் கூப்பிடறேன். சும்மா கொஞ்ச நேரம் சிட்டியில சுத்துறதால இன்ஜின் பெர்ஃபாமென்ஸ் எப்படிங்க கண்டுபிடிக்க முடியும்?” என வாயாலேயே வயலின் வாசிப்பார். இப்படியெல்லாம் காமெடி செய்துவிட்டு, “பாத்தியா, கார்னா எவ்ளோ பிரச்னை இருக்கு?” என லாஜிக்காக மனைவியிடம் கேட்டுவிட்டு, “அது அதுக்கு ஒரு நேரம் காலம் வரும். அப்போ, கார் தானா நம்ம வீட்டு வாசல்ல வந்து நிக்கும்” என தேர்ந்த மேஜிக் முனீஸ்வரன் போலப் பேசிவிட்டு அமைதியாகிவிடுவார்.

இன்னொரு ரகம், சீரியஸான ரிசர்ச் ரகம். இரவு பகல் பாராமல் காரைப் பற்றி தியரிட்டிக்கலாக ஆராய்ச்சி செய்த வண்ணம் இருப்பார்கள். ஆன்லைனில் கார் ரிவ்யூவை பரீட்சைக்குப் படிப்பதுபோல படிப்பது, ஆட்டோமொபைல் பத்திரிகைகள் படிப்பது, ஆட்டோ எக்ஸிபிஷன் நடந்தால், அங்கே ஆஜராகி விடுவது என பிஸியாக இருப்பார்கள். கார் டெக்னிக்கல் டீட்டெயில்ஸ், ஸ்பெசிஃபிகேஷன்ஸ் என அனைத்தும் விரல் நுனியில் இருக்கும். கார் தயாரிப்பாளர்களுக்கே தெரியாத விபரங்களைத்தெரிந்துவைத்திருப்பார்கள். அடுத்த இரண்டு வருடங்களுக்கு என்னென்ன கார்கள் ரிலீஸாகப் போகின்றன என்ற விபரங்கள் இவர்கள் ரத்த நாளங்களில் 240 கி.மீ வேகத்தில் பறந்துகொண்டு இருக்கும். இவர்கள் தங்கள் பிளாக்கில் ஆராய்ச்சிக் கட்டுரைகள்கூட எழுதுவார்கள். என்ன பிரச்னை எனில், இவர்களுக்கு கார் வாங்க வேண்டும் என்ற பிளான் இருக்கும். ஆனால், மார்க்கெட்டில் இருக்கும் கார்களை எல்லாம் விட்டுவிட்டு, 'தங்கள் ட்ரீம் கார் அடுத்த ஆண்டுதான் ரிலீஸாகப்போகிறது' என்று சொல்லியே 10 வருடங்களாக இந்தப் பொழைப்பை ஓட்டிக்கொண்டு இருப்பார்கள்.

கார் வாங்காமலேயே பஞ்சர் ஆகிவிடும் கோஷ்டிகளை விட்டுவிட்டு, நிஜமாக கார் வாங்கலாம் என்ற முடிவுக்கு வந்த ஆளுக்கு நேரும் சோதனைகள் கொஞ்சநஞ்சம் அல்ல. நம்

இங்கு பஞ்சர் போடப்படும்

ஆள் ஒரு காரை முடிவெடுத்து அதற்கான பண ஏற்பாடுகளில் இறங்கியிருப்பார். அது எந்த கார் என வெளியில் சொல்லாமல் இருந்தால், பிரச்னை இல்லை. சொல்லி விட்டால் போச்சு. அட்வைஸ் அழகிரிகள் கொத்துக்கறி போட ஆரம்பிப்பார்கள்.

"மச்சி... அந்த கார் ஃபெயிலியர் மாடல்டா..."

"மாப்ள... அந்த கார் சேஃப்டி ஃப்யூச்சர்ஸ்ல டிங்கு வாங்கிடிச்சி..."

"இதே காரை மெருகூட்டி சீக்கிரமே ரீலான்ச் பண்ணப் போறாங்க..."

"இந்த கார்ல 5,000 கி.மீ ஓடுனதுக்கு அப்புறம் ஏ.சி பிராப்ளம் வருதாம்..."

"இதுல ஃப்யூல் இன்ஜெக்ஷன் பிராப்ளம் இருக்காமேடா!" (அடப்பாவிகளா!)

"இந்த கார் கம்பனியே மூடப் போறாங்க(!)"

இன்னும் பலவாறாகச் சொல்லிக் குழப்பியடிப்பார்கள். அந்தக் குழப்பத்தை எல்லாம் தாண்டினால், வீட்டினர் பிரச்னை. அதுவரை நம்மிடம் பேசமலேயே இருந்த ஒண்ணுவிட்ட சகலையின் தம்பி லைனில் வருவார். அவரின் ஆசைகளை நம் மீது திணிப்பார். "பார்த்து முடிவு பண்ணுங்க" என பேய்ப் படம் ரேஞ்சுக்குப் பயம் காட்டுவார்.

தந்தை அவருக்குத் தெரிந்த சில யோசனைகளைச் சொல்வார். மாமனார் அவருக்குத் தெரியாத ஏரியாவிலேயே சிலம்பம் சுற்றுவார். மனைவிக்கு ஏன் எதற்கு எனத் தெரியாமல் சும்மா ஒரு அவுட்லுக்கைப் பார்த்து ஒரு கார் பிடிக்கும். அது லம்போகினியாக இருந்து நம் உயிரை எடுக்கும். "இல்லம்மா... அது இம்போர்ட்டட் கார், பல கோடி விலை" என விளக்கினாலும், அலட்சியமாகப் பார்த்தபடி, "அப்படின்னா காரே வேணாம். இல்லைன்னா அதேபோல (!) இருக்கும் காரை வாங்குங்க" எனக் கறார் காட்டுவார். அது மட்டுமில்லாமல், வேறு பல கண்டிஷன்கள் போடுவார் அன்பு மனைவி.

54

“தோ பாருங்க, வாங்குறதுதான் வாங்கறோம். யார் கிட்டேயும் இல்லாத காரா இருக்கணும் (அப்ப, நாம புதுசா கார் கம்பெனிதான்டி ஆரம்பிக்கணும்), ஸ்டைலா இருக்கணும், லக்கேஜ் வைக்க இடம் அதிகம் இருக்கணும், விலையும் கம்மியா இருக்கணும்” எனக் கடைசியாக குண்டைத் தூக்கிப் போடுவார்.

மச்சான் ஆன்லைனில் நோண்டிக் கொண்டிருக்க, மாமனார் தன் பொண்ணுடன் மந்திராலோசனையில் ஈடுபட்டுக்கொன்டிருக்க, தந்தை யாருடனோ போனில் பேசிக் கொண்டிருக்க, சகோதர சகோதரிகள் பரபரப்பாக டிஸ்கஸ் செய்துகொண்டிருக்க, கார் வாங்கப் போகிறவன் லோனுக்கு போனில் மல்லுக் கட்டிக்கொண்டிருக்க... ரணகளமாக இருக்கும் முதல் கார் வாங்கப் போகும் சிச்சுவேஷன்.

பார்க்கிங் இல்லாத வீட்டுக்கு ஒருவழியாக முதல் கார் ரிப்பன் கட்டி வந்து தெருவில் நின்றுவிடும். குழந்தைகள் காரில் ஏறி மியூசிக் சிஸ்டத்தில் பாட்டுக் கேட்டுக்கொண்டிருக்க, “என்னை முன் சீட்டில் ஏத்தலை, கார் டெலிவரி எடுக்கும்போது என்னைக் கூட்டிப் போகலை, காரை முதலில் கோவிலுக்கு எடுத்துட்டுப் போகலை, இப்பப் பார்க்கும்போது இடம் கம்மியா இருக்கிற மாதிரி இருக்கு...” என வீட்டில் பாலிடிக்ஸ் ஓடிக்கொண்டிருக்கும்.

முதல் கார்தான் வாங்கிவிட்டீர்கள் அல்லவா? வீட்டில் என்ன செய்துகொண்டிருக்கிறீர்கள்? இதையெல்லாம் கேட்டுக்கொண்டு இருக்காமல், காரில் உட்கார்ந்திருக்கும் குழந்தைகளோடு இரவு பீச்சுக்கு காரைக் கிளப்புங்கள். குழந்தைகளின் சந்தோஷத்தையும், டிரைவிங் ப்ளஷரையும், சுதந்திரத்தையும் ஒரே நேரத்தில் அனுபவியுங்கள்.

வெல்கம் டூ தி கிளப். ஹேப்பி டிரைவிங்!

9

ஒவ்வொரு குடும்பஸ்தனுக்குள்ளும் கார் ஆசை துளிர்விட மிக முக்கியக் காரணம், 'ஜாலியா குடும்பத்தோடு டூர் போகலாம்' என்ற ஆசைதான். பொது வாகனங்களைப் பயன்படுத்தி வெளியூருக்குச் சுற்றுலா செல்வதில் பல சிரமங்கள்... ரயில் டிக்கெட்டைவிட இரண்டு மடங்கு அதிகப் பணத்தில் ஆட்டோ, கால் டாக்ஸி பிடித்து ரயில்வே ஸ்டேஷனுக்குச் செல்ல வேண்டும். அங்கே போய் இறங்கியதும் ஹோட்டலுக்குச் செல்ல ஆட்டோ; சுற்றிப் பார்க்க டாக்ஸி; அதுவும் நாம் செல்லும் இடத்தில் நிறுத்த முடியாது எனக் கடுப்பைக் கிளப்பும் டிரைவர்... என பல இம்சைகளைப் பார்த்துக் கடுப்பானவர்களில் முக்கால்வாசிப் பேர்தான், நம் ஊரில் முதல் கார் வாங்கும் வாடிக்கையாளர்கள்.

ஆசை ஆசையாக கார் வாங்கிவிட்டு, அதில் டூர் போய்வருவது என்பது ஒன்றும் அவ்வளவு சுலபம் இல்லை. கமல்ஹாசனின் 'விஸ்வரூபம்' பட ரீலீஸைவிட பல சோதனைகளைச் சந்திக்க வேண்டியிருக்கும்.

டூர் எனச் சொன்னதுமே, எப்போதும் போல முதலில் ஆர்வம் காட்டுபவர் மனைவிதான். அதேபோல், டூர் கிளம்புவதற்கு

இரண்டு நாட்களுக்கு முன்பு இருந்தே பேக்கிங்கைப் பரபரப்பாக ஆரம்பிப்பாள். 'அட, ரொம்ப அட்வான்ஸா வேலையை ஆரம்பிச்சிட்டாளே' என திருப்தியுடன் இருப்போம். கார் கிளம்பும் வரையும்... கார் கிளம்பிய பின்னும்... அதே பரபரப்போடு அவள் பேக்கிங் செய்துகொண்டே இருப்பதைப் பார்த்ததும்தான், பாதி வீடே காருக்குள் இடம் மாறி இருப்பது நமக்குப் புரியும். யாருமில்லாத தீவுக்கோ அல்லது பழங்குடியினர்கூட இல்லாத வனாந்திரத்துக்கோ செல்வதுபோல இருக்கும் அந்த பேக்கிங். இண்டக்ஷன் ஸ்டவ், கெட்டில், எவர்சில்வர் பாத்திரங்கள், மிக்ஸி என ஆரம்பித்து எஸ்கிமோக்கள் ஏரியாவுக்குப் போவதுபோல பலவிதமான ஸ்வெட்டர்கள், மங்கி கேப், ஷால், மஃப்ளர் என காரே இது போன்ற சாமான்களால் திணறும். மளிகைச் சாமான்கள், சமைத்த பண்டங்கள், குழந்தைக்கான தின்பண்டங்கள், மருந்து மாத்திரைகள் என கன்டெய்னரில் ஏற்ற வேண்டிய ஐட்டங்கள் எல்லாம் முட்டி மோதி காருக்குள் முடங்கிக் கிடக்கும். ரயில் அல்லது பஸ் என்றால் அடித்துப் பிடித்துக் கிளம்பி 'கன்' டைமுக்கு வண்டியைப் பிடிக்கும் கூட்டம்... கார் என்றதும், 'ஓட்டுறவன் நம்மாளுதானே' என்ற அலட்சியத்தில் சொன்ன நேரத்திற்குக் கிளம்பாது!

இதற்கு மனைவி சொல்லும் ரீஸன்தான் செமயாக இருக்கும். "உங்களுக்கு என்னங்க... நீங்க ஒரு ஆளு (!?) நாங்க அப்படியா? வீட்டைப் பாக்கணும், உங்களைப் பெத்த பாவத்துக்காக உங்க அப்பா - அம்மாவுக்கும் எல்லாம் செய்யணும், பால்காரன், பேப்பர்காரன், வேலைக்காரி எல்லார்கிட்டயும் சொல்லணும். குழந்தைகளைக் கிளப்பணும்" என்று அகில உலகமும் ஒப்புக்கொள்ளக் கூடிய காரணத்தைச் சொல்வாள்.

எனக்கு என்ன குழப்பம் எனில்... இதே மனைவி, ரயிலில் டிக்கெட் ரிசர்வ் செய்துவிட்டால், இதே குழந்தை குட்டி; மூட்டை முடிச்சுக்களுடன் சூப்பர் வுமனாக மாறி, பறந்தாவது போய் எப்படி ரயிலைச் சரியான நேரத்தில் பிடிக்க முடிகிறது என்பதுதான்.

அப்பாடா, கிளம்பலாம் என நீங்கள் பெருமூச்சுவிட்டால்,

ஏமாற்றம்தான் மிஞ்சும். 'குழந்தைக்கு டயப்பர் வாங்கணும்; பூ வாங்கணும்; கிராண்ட் ஸ்வீட்ஸ்ல ஸ்வீட் வாங்கணும்' என ஷாப்பிங் லிஸ்ட்டைக் கையில் எடுப்பாள் மனைவி. எதுவுமே ஒரே கடையில் வாங்கக்கூடிய பொருட்களாக இருக்கக் கூடாது எனப் போட்ட பிளானில் தெளிவாக இருப்பாள். டூர் போகும் போது டென்ஷனாகக் கூடாது என்று நாம் நரம்புகளை அடக்கி, மனைவியின் மெமரியில் உள்ள, மெமரியில் இல்லாத அத்தனையையும் வாங்கி காருக்குள் திணிப்போம்.

ஆனால், அதன் பிறகும் வண்டி பல்லாவரம் தாண்டாது. ஒரு குழந்தை, 'அம்மா பசிக்குது, பிஸ்கேட்டு' எனச் சொல்லும். குரோம்பேட்டை தாண்டியதும் இன்னொரு குழந்தை, 'உச்சா' போக வண்டியை நிறுத்தச் சொல்லும். கார், செங்கல்பட்டைத் தாண்டுவதற்குள் ஒரு லைஃப் சைக்கிளே முடிந்திருக்கும்.

அடுத்த கொஞ்ச நேரத்தில் அப்பா ஆரம்பிப்பார். 'ரோடு ஓரத்துல நல்ல ஹோட்டலா பார்த்து நிறுத்துப்பா' என பிரேக்கை ஆழமாக அழுத்துவார். 25 கிலோ மீட்டர்தான் ஓட்டியிருக்கிறோம் என்ற பதட்டத்தில் நாம் இருப்போம். ஆனால், மக்கள் அனைவரும் எதோ ஆம்ஸ்டர்டாம் வந்து இறங்கி விட்டதைப்போல... அந்தப் பாடாவதி ஹோட்டலில் சோம்பல் முறித்துக்கொண்டு இறங்குவார்கள். இதுவரை ஹோட்டலுக்கே செல்லாதவர்கள்போல, கர்ம சிரத்தையாக மெனு முழுவதையும் படிப்பார்கள். கடைசியில் ரவா தோசை, ஆனியன் தோசை, ஊத்தாப்பம் என சீக்கிரத்தில் சர்வர் கொண்டு வரமுடியாத ஐட்டங்களாக ஆர்டர் செய்து அமைதி காப்பார்கள். நாம் கடுப்பில், 'சாப்பாடு வேண்டாம்' என்று சொல்லிவிட்டால் போதும்... குழந்தைகளை நம்மிடம் தள்ளிவிட்டு மனைவி, நம்முடைய அப்பா, அம்மாவுடன் ஒன்றுபட்டு சாப்பிட்டு, உரையாடி ஆச்சரியப்படுத்துவாள். அனைவரும் மீண்டும் காருக்குள் வந்து ஏற, குறைந்தது ஒன்றரை மணி நேரம் ஆகும்.

திரும்ப வண்டியை எடுத்தால்... நடுநடுவில், 'குழந்தை தூங்கறான், சவுண்ட் கொஞ்சம் கம்மி பண்ணுங்க. ஏ.சி.யைக் கொஞ்சம் கொறைச்சி வைங்க, அந்த தண்ணி பாட்டிலை பின்னால எடுத்துக் குடுங்க, 'கும்பக்கரை தங்கய்யா' படப் பாட்டு சிடி

இருந்தா கொஞ்சம் போடுங்க, இந்த பென் டிரைவ்ல சாலமன் பாப்பையா பட்டிமன்றம் இருக்கு, போட முடியுமா?' போன்ற அன்புக் கட்டளைகளையும் நிறைவேற்றிக்கொண்டு செல்ல வேண்டி இருக்கும். இந்த அன்புத் தொல்லைகள் அடுத்த அரை மணி நேரத்தில் முடிந்து, காருக்குள் 'கொர்...கொர்...' சத்தம் கேட்க ஆரம்பிக்கும். குழந்தைகள் முதல் பெரியவர்கள் வரை, கார் ஓட்டுபவனை டிஸ்டர்ப் செய்யக் கூடாது என்கிற நல்ல எண்ணத்தில் தூங்கிக்கொண்டிருப்பார்கள். அப்போதுதான் நமக்குப் புரியும்... 'நாம டூர் போகவில்லை.... டிரைவர் வேலை பார்க்க வந்திருக்கிறோம்' என்பது.

குடும்பத்தோடு போனால்தானே டார்ச்சர்? ஆபீஸ் மீட்டிங் என வீட்டில் சொல்லிவிட்டு, நண்பர்களோடு காரில் சுற்றுலாவுக்கு பிளான் போட்டால்...

நண்பர்கள் ஒவ்வொருவரையும் அரை மணி நேரம் காத்திருந்து, அவரவர் ஏரியாவில் பிக்கப் செய்வதற்குள்ளாகவே லோடு லாரி ஓட்டும் டிரைவர்போல டயர்டாக்கிவிடும்.

கார் என்றால், இத்தனை மணிக்குக் கிளம்ப வேண்டும்; இன்ன நேரத்தில் குறிப்பிட்ட இடத்துக்குப் போய்ச் சேர வேண்டும் என்ற பதற்றம், காரை ஓட்டுபவருக்கு மட்டுமே சொந்தம் என்பது போல, மற்றவர்கள் எல்லாம் மசாஜ் சென்டருக்குள் நுழையும் ஃபீலிங்குடன் செம ரிலாக்ஸாக காருக்குள் ஏறுவார்கள்.

ஒருவழியாக அனைவரையும் கலெக்ட் செய்துகொண்டு வண்டியை மிதித்தால், தாம்பரம் தாண்டியதுமே வண்டியை நிறுத்தி டீ குடித்தபடியே அரை மணி நேரம் அரட்டைக் கச்சேரி ஓடும். அதைத் தாண்டி அரை மணி நேரம் மிதித்ததும் ஒரு இடத்தில் நிறுத்தச் சொல்லி, அனைவரும் ஷாப்பிங் சென்றுவிடுவார்கள். என்ன ஷாப்பிங்கா? யூஸ் அண்டு த்ரோ கிளாஸ்... சிப்ஸ், இன்ன பிற தளவாடங்கள் வாங்கத்தான்.

ஷாப்பிங் முடிந்து கார் கிளம்பியதும், காருக்குள் ஒரு மினி பார் உதயமாகும். சர்வர் இல்லாமலேயே செயல்படும் இந்த மினி பாரில், சைட் டிஷ்கள் குறிப்பிட்ட இடைவெளியில்

இங்கு பஞ்சர் போடப்படும்

ஓர் ஒழுங்குக்குக் கட்டுப்பட்டு, சூரியனை கோள்கள் சுற்றி வருவதைப்போன்று சுற்றி வந்துகொண்டு இருக்கும். உற்சாகம்தான் என்றாலும், அவர்கள் பேப்பர் கிளாஸில் அடிக்கும் சியர்ஸ் நம் தலையின் மீது அவ்வப்போது சிந்தி ஆசீர்வதிக்கும். முதல் ரவுண்டில் 'ஸ்டெடி'யாக இருப்பவர்களுக்கு, அடுத்தடுத்த ரவுண்டுகளில் நம் மீது கட்டுக்கடங்காத பாசம் புடுங்கிக்கொண்டு அடிக்கும். "சைட் டிஷ் சாப்டு மாப்ள, தண்ணி குடி மாப்ள, கோக் வேணுமா?" என உபசரிக்க ஆரம்பிப்பவர்கள், ஒரு கட்டத்தில் வலுக்கட்டாயமாக ஊட்டிவிட முயற்சிப்பார்கள்.

கியரைத் தாண்டி பாதி உடம்பை வளைத்து நம் மடி மீது படுத்துக்கொண்டு ஊட்டிவிட முயற்சிக்கும் இவர்களின் இந்த பொசிஷனை வர்ணிக்க வார்த்தைகள் இல்லை.

இப்படியாக ஒரு பேரண்டமே நடுங்கும்படி கார் சென்றுகொண்டு இருக்கையில், கைவசம் உள்ள டிஷ்கள் தீரும் நேரத்தில் சரியாக ஒரு டோல் பிளாசா வந்து மாட்டும். அங்கு விற்கும் வெள்ளரி, பலாச் சுளை, கடலை, நுங்கு, முந்திரி என எதை விற்றாலும் வாங்கி ஸ்பெஷல் சாலட் போடுவார்கள். ஒருமுறை சமையலுக்கு விற்ற கத்தரிக்காய், பாகற்காய் எல்லாம் வாங்கிக் கசக்கிப் பிழிந்து கலவை போட்டதில்... கண்ணால் காதால் எல்லாம் வாந்தி எடுத்தார்கள் என்றால் பார்த்துக் கொள்ளுங்கள்.

ஒரு கட்டத்தில் ஒரு தாய் வயிற்றுப் பிள்ளைபோல, பூனைக்குட்டிகள் படுத்து உறங்குவதுபோல ஒருவர் மீது ஒருவர் படுத்து உறங்குவர். இந்தக் காட்சியை மட்டும் ஏதேனும் கார் கம்பெனி பார்த்தால், அதை போட்டோ எடுத்து, 'நான்கு பேர் நிம்மதியாக உறங்க ஏற்ற கார்... எங்கள் கார்' என விளம்பரப்படுத்திவிடும்.

காரில் மதுரைக்குச் சராசரியாக ஆறு மணி நேரத்தில் செல்லலாம் என நீங்கள் போட்ட பிளான் பல்லிளிக்கும். மாலை ஐந்து மணிக்கு திருச்சி பைபாஸில் நிற்கும்போது, "மாப்ளே இருட்டுல ஓட்டிடுவ இல்லை... பீ கேர்ஃபுல்டா" என சீரியஸ் அட்வைஸ் கொடுத்துவிட்டு, கலைந்த தூக்கத்தை கன்டினியூ செய்வார்கள். அடப்பாவிகளா... இங்கேயும் எனக்கு டிரைவர் வேலைதானா?

60

அராத்து

அடுத்த முறை உஷாராகி, இன்னொரு நண்பனின் காரில் ஏறி டூர் போக பிளான் போட்டால், அதுவும் செட் ஆகாது என்பதுதான் காலம் கற்றுத் தந்த பாடம்!

காருக்குள் அனைவரையும் ஏற்றிக்கொண்ட பிறகு, நீண்ட வரிசையில் பெட்ரோல் அல்லது டீசல் பிடிக்க நிற்பான் நண்பன். அடுத்துக் கொஞ்சம் தள்ளிப் போய் காற்றுப் பிடிக்க அரை மணி நேரம் காத்திருந்து, டிக்கிக்குள் ஒளிந்திருக்கும் ஸ்டெப்னிக்கும் காற்று அடித்து கடுப்பைக் கிளப்புவான். 'அப்பாடா கிளம்பலாம்' என ரிலாக்ஸ் மூடுக்கு வரும்போது, திடீரென பரபரப்பாகி, 'கிளட்ச் கொஞ்சம் ஹெவியா இருக்கு, அதை மட்டும் செக் பண்ணிக்கலாம்' என ஒரு மணி நேரம் மெக்கானிக் ஷாப்பில் தேவுடு காக்க வைப்பான். அடுத்து ஏடிஎம் மையத்தைத் தேடுவான். அதுவும் மற்ற வங்கி ஏடிஎம்ல் பணம் எடுத்தால் 25 ரூபாய் பிடித்துவிடுவார்கள் என்பதற்காக, அவனுடைய வங்கி ஏடிஎம் எங்கே இருக்கிறது என ரூட்டை மாற்றித் தேடும்போது, நாம் ஆட்டோ பிடித்து தியேட்டருக்குப் போய் படம் பார்த்துவிட்டு, வீட்டுக்குத் திரும்புவதே மேல் என்று முடிவெடுத்திருப்போம்!

10

நண்பர்களிடம் நீண்ட நாள் பயங்கர ஆலோசனை நடத்தி, பத்திரிகை, ஆன்லைனில் விமர்சனங்கள் படித்து, அலசி ஆராய்ந்து நல்ல காரைத் தேர்ந்தெடுத்து வாங்கிவிடலாம். ஆனால், காருக்கான டிரைவர் தேவை வரும்போது, நண்பர்களிடம் கேட்டால்.... 'ப்ச்' என்ற அலுப்புச் சத்தத்துடன்தான் ஆரம்பிப்பார்கள்.

“நல்ல டிரைவர் இப்ப எல்லாம் கிடைக்கிறதே இல்லை. நானே ரெண்டு வருஷத்துல நாலு டிரைவர் மாத்திட்டேன். இப்பக்கூட நல்ல டிரைவர் தேடிட்டுதான் இருக்கேன்” எனக் கூறி, திகில் கிளப்புவார்கள். "டிரைவர் வெக்கிறதெல்லாம் சாதாரணம் இல்லை மாப்ள. அவங்கதான் இப்ப நம்ம வீட்டை நோட்டம் பார்த்து, திருடனுங்களுக்குப் போட்டுக்கொடுக்கிறது; குழந்தையைக் கடத்த ஐடியா கொடுக்கிறது" என்றெல்லாம் கூறி அடி வயிற்றில் ஐஸ் கத்தியைச் சொருகுவார்கள்.

ஒரு காலத்தில், டிரைவர் என்பவர் வீட்டின் ஓர் அங்கம். குழந்தைக்கு அவர் மாமா, அப்பாவுக்குத் தம்பி, மனைவிக்கு அண்ணன், தன் வீட்டு டிரைவரைப் பார்த்து, மரியாதையாக

அராத்து

'தம்'மைத் தூக்கிப்போடும் இளசுகள் எல்லாம் ஒரு காலத்தில் இருந்தார்கள். அவரும் காரை தன் தெய்வம்போல பார்த்துக் கொள்வார். குடும்பத்துக்கு மிக நம்பிக்கையான ஆளாக இருப்பார். ஒரு குடும்பத்துக்கோ அல்லது ஒரு கம்பெனிக்கோ மட்டுமே வாழ்க்கை முழுக்க டிரைவராக இருந்த அனுபவமெல்லாம் பலருக்கு உண்டு.

என்னுடைய நண்பர் ஒருவரின் குழந்தைக்குக் கிட்டத்தட்ட சீரியஸ் கண்டிஷன். முகப்பேரில் உள்ள மருத்துவமனையில் இடம் இல்லை என்று சொல்லி, நுங்கம்பாக்கத்துக்குக் கொண்டு செல்லச் சொல்லியிருக்கிறார்கள். அப்போது நேரம் மாலை 6.30. சென்னை டிராஃபிக்கின் உச்சத்தில் இருக்கும் நேரம். முகப்பேரில் இருந்து நுங்கம்பாக்கம் செல்ல குறைந்தது 1 மணி நேரம் ஆகும். நுங்கம்பாக்கம் மருத்துவமனையில் இருப்பவர்கள் "ஒரே ஒரு பெட்தான் இருக்கிறது. யார் முதலில் வருகிறார்களோ, அவர்களைத்தான் அட்மிட் பண்ணுவோம்" என்று சொல்ல, சட்டென ரோட்டில் போன கால் டாக்ஸியைப் பிடித்து ஏறியிருக்கிறார்கள். டிரைவரிடம் நிலவரத்தைச் சொல்ல, குறிப்பிட்ட நேரத்துக்கு முன்னரே மருத்துவமனையில் கொண்டுபோய்ச் சேர்த்திருக்கிறார். "கடவுளை டிரைவர் ரூபத்தில் பார்த்தேன். என் குழந்தையைக் காப்பாற்றிய கடவுள் அந்த டிரைவர்தான்" என்று என் நண்பன் கண்கலங்கச் சொன்னான்.

பஸ் டிரைவர், கார் டிரைவர், ஆட்டோ டிரைவர் என டிரைவர் களுடன் நமக்கும் பல நெகிழ்ச்சியான அனுபவங்கள் இருக்கும். ஆனால், இது 'பஞ்சர்' கட்டுரை என்பதால், நெஞ்சைப் பஞ் சராக்கி டிஞ்சர் போட்ட டிரைவர்கள் பற்றி மட்டும் இதில் எழுதுகிறேன்.

கால் டாக்ஸி டிரைவர், ஆட்டோ டிரைவர், ஆம்னி பஸ் டிரைவர் மற்றும் நம் சொந்த காரின் டிரைவர் எனப் பலரும் பலவிதங்களில் நம்மை டென்ஷனாக்கி, அவ்வப்போது நரக வாசலைக் கண்ணில் காட்டிவிடுகின்றனர். சாலையில் நடக்கும் பெரும்பாலான விபத்துகள் டிரைவர் ஓட்டும் வாகனத்தின் மூலமாக நடப்பதைப் பார்க்கலாம். விசாரித்துப் பார்த்தால், அந்த

டிரைவர் இரவு போதுமான நேரம் தூங்கி இருக்க மாட்டார்.

இப்போது கால் டாக்ஸிகள் மற்றும் பிரைவேட் கேப்ஸ் பெருகிவிட்டதாலும், ஆளாளுக்கு கார்கள் வாங்குவதாலும் நல்ல டிரைவர்களுக்குப் பஞ்சம் நிலவுகிறது. அரைகுறையாகக் கற்றுக்கொண்டு அனுபவமே இல்லாமல் பல டிரைவர்கள் சுற்றுவதைப் பார்க்க முடிகிறது.

கால் டாக்ஸி நிறுவனத்தில் இருந்து டிரைவர் போன் நம்பர் எஸ்எம்எஸ்ஸில் பக்காவாக வந்துவிடும். ஆனால், அவருக்கு போன் செய்து 'தி.நகர் போக வேண்டும்' என்று சொன்னால், 'டீ நகரா?' என்று ஆச்சரியமாகக் கேட்டு நம்மை அதிர்ச்சிக்குள்ளாக்குவார்.

“நான் ராஜகீழ்ப்பாக்கத்தில இருக்கேன். வர்றதுக்கு ஒன்றரை மணி நேரம் ஆகும்” என்று அடுத்த குண்டைப் போடுவார். அதன் பிறகு, எத்தனை முறை கேட்டாலும் அதே அரை மணி நேரத்தை மெயின்டெயின் செய்பவர்களும் இருக்கிறார்கள்.

மீட்டர் போட மறப்பார்கள்; வழி தெரியாமல் முழிப்பார்கள்; “வழிகூடத் தெரியலையா?” எனக் கேட்டால், “சென்னை வந்து ஒரு வாரம்தான் சார் ஆகுது” என அப்பாவியாகச் சொல்வார்கள். நாம் விமானத்தைப் பிடிக்கச் செல்கையில், ஹாயாக விசிலடித்தபடி பெட்ரோல் போட்டு, காற்றுப் பிடிக்க லைன் கட்டி நிற்பார்கள். சிலர் விடிகாலை 6 மணிக்கு பிக் அப் செய்வதற்கு, அதிகாலை 3 மணியில் இருந்தே போன் செய்து வழி கேட்டுக் கொண்டே இருப்பார்கள். ஆனால், வர வேண்டிய நேரத்துக்கு வரவே மாட்டார்கள். சிலர் 4 மணி பிக்அப்புக்கு 2 மணிக்கே வந்துவிட்டு நம்மைக் குற்ற உணர்ச்சிக்கு உள்ளாக்குவார்கள்.

எங்கே சென்றாலும் காரை நானேதான் ஓட்டிச் செல்வது வழக்கம். நண்பர்களுடன் ஒரு கன்னா பின்னா டூர் போகலாம் என முடிவெடுத்து, எந்தத் திட்டமும் இல்லாமல் சுற்றலாம் என்று கிளம்பியபோது, 'டிரைவர் வைத்துத்தான் பார்ப்போமே... நாம கொஞ்சம் ரிலாக்ஸாக இருக்கலாம்' எனத் தெரிந்தவர் மூலம் ஒரு டிரைவரைத் தேர்ந்தெடுத்தோம். 'சொக்கத் தங்கம்'

என சர்ட்டிஃபிகேட் கொடுக்கப்பட்ட டிரைவர், தாம்பரத்தில் காத்திருந்து காரைக் கைப்பற்றினார்.

"நைட் டிரைவிங் செய்ய வேண்டும். அதனால்தான் டிரைவரே வைக்கிறோம். நன்கு தூங்கிவிட்டு வரச் சொல்லுங்கள்" எனக் கூறி இருந்தேன். மாலை 5 மணி சுமாருக்கு தாம்பரத்தில் இருந்து காரைக் கிளப்பியவர் கூடுவாஞ்சேரியிலேயே, டீக்கு பிரேக் போட்டார். திண்டிவனம் தாண்டியதும் கார் ஒரு மாதிரி சீற ஆரம்பித்தது. ஒரே லேனில் நேர்கோடாகச் செல்லாமல் பிசிறு தட்டியது. டிரைவரைப் பார்த்தால்... கஷ்டப்பட்டபடி விறுவிறுவென கண் சிமிட்டியபடியே இருந்தார். 'அய்யய்யோ, அதுக்குள்ளவா?' என நினைத்தபடி, "ஏங்க, தூக்கம் இல்லையா?" எனக் கேட்டேன்.

"இல்லை சார், பசி..." என்றார்.

பொய் சொல்கிறார் எனத் தெரிந்தாலும், விழுப்புரம் நெருங்கும் சமயத்தில் நிறுத்தி அவரைச் சாப்பிடச் சொன்னோம். மீண்டும் கார் கிளம்பியது. 45 நிமிடங்கள் ஓட்டியிருப்பார். திரும்பவும் கார் சீறியது. டிரைவரிடம் பேச்சுக் கொடுத்தேன்.

திருச்சி நெருங்குவதற்கு முன்னமே அன்னார் சொக்க ஆரம்பித்தார். பேசிப் பேசி ஓரளவுக்கு அவரை உற்சாகப்படுத்தியபடி இருந்தோம். எங்கள் டூர் உற்சாகம் போயே போய், டிரைவரை உற்சாகப்படுத்துவதுதான் எங்கள் முழு நேரப் பணி ஆனது. திருச்சி நெருங்கியதும், அவரால் கன்ட்ரோல் செய்ய முடியாத வண்ணம் தூங்க ஆரம்பித்தார்.

வேறு வழியில்லாமல், "சரிங்க, நான் கொஞ்ச நேரம் ஓட்டட்டுமா?" எனக் கேட்டதுதான் தாமதம், சடன் பிரேக் போட்டுத் தாவிக் குதித்து பின் சீட்டுக்கு வந்து, அடுத்த செகண்டே குறட்டை விட்டுத் தூங்க ஆரம்பித்தார். நாங்கள் தென்காசி வரை செல்ல வேண்டும்.

வழியில் எங்காவது டீ குடிக்க நிறுத்தினால் மட்டும், கில்லி மாதிரி எழுந்து வந்து பிஸ்கட், வாழைப்பழம் சாப்பிட்டு, டீ

குடித்து தம் அடித்துவிட்டு, சமர்த்தாக திரும்பவும் படுத்துத் தூங்க ஆரம்பிப்பார்.

குற்றாலத்தில் மூன்று இரவுகள் தங்கினோம். வழக்கமாக டிரைவர்கள் கார்களிலேயே படுத்துக்கொள்வார்கள். எனக்கு அது மிகக் கொடூரமானதாகத் தோன்றும். நான் எங்கள் ரிஸார்ட் மேனேஜரிடம் பேசி, ஒரு அறையை எடுத்துக்கொடுத்தேன். அருவியில் குளித்துவிட்டு மாலை ரிஸார்ட்டுக்குத் திரும்பிவந்து பார்த்தால், படு வேடிக்கையாக இருந்தது.

வேறு ஒரு டிரைவரையும் சேர்த்துக்கொண்டு, அறையில் நன்கு குடித்துவிட்டு, கார் சிஸ்டத்தில் ஜாலியாகப் பாட்டுக் கேட்டுக்கொண்டு இருந்தனர். நானும், இப்போ அவரை 'மூட் அவுட்' செய்ய வேண்டாம் என நினைத்தபடியால், “ஜாலியா என்ஜாய் பண்றீங்களா?” என்றேன்.

“நீங்க சாப்ட்டீங்களா சார்?” என்றார்.

என்னடா, நம்ம மீது பாசம் காட்டுகிறாரே என நினைத்தபடி, “இல்லீங்க, இனிமேதான் வெளில போய் சாப்பிடணும்” என்றேன்.

“சார், அப்பிடியே எனக்கு நாலு புரோட்டாவும் சிக்கன் பிரியாணியும் வாங்கிட்டு வந்துடுங்க. இவரு நம்ம ஃப்ரெண்டுதான். இவருக்கு ஒரு மட்டன் பிரியாணி. அவரு காசை அவரு கொடுத்துடுவாரு” என்றார். இப்படியே மூன்று இரவுகள் ஒரு பகல் நன்றாக ஹாலிடேவை என்ஜாய் செய்தார்.

“நாளை காலை கேரளா செல்ல வேண்டும். தயாராகிக்கொள்ளுங்கள். இன்று இரவு குடிக்க வேண்டாம்” என்று சொன்னதைக் காதில் வாங்கிக்கொள்ளவில்லை. “அதெல்லாம் மொறையாப் பண்ணிடுவேன் சார்!” என்றார்.

காரில் ஏறலாம் எனப் பார்க்கையில்தான் தெரிந்தது, காரைச் சுத்தமே செய்யவில்லை. “ஏங்க, மூணு நாள் சும்மாதானே கிடந்தது. சுத்தம் பண்ணி இருக்கலாமே?” என்றதும், அவசர அவசரமாக கடமைக்குக் கண்ணாடியை மட்டும் துடைத்து காரைக் கிளப்பினார். நீண்ட பயணம் என்றபடியால்,

இம்முறையும் நானும் அவரும் மாறி மாறி ஓட்டினோம். குமுளி வந்தடைந்து, அங்கும் அவருக்கு அறை ஏற்பாடு செய்து கொடுத்து, "இங்கே சாப்பிட்டுக் கொள்ளுங்கள்" என ஒரு ஹோட்டலிலும் சொல்லிவிட்டு வந்துவிட்டேன்.

மறுநாள் காலை பில் செட்டில் செய்தபோதுதான் தெரிந்தது. குமுளியில் இவருக்கு நண்பர்கள் இருந்திருக்கிறார்கள். அனைவரையும் அழைத்து வந்து பின்னி எடுத்திருக்கிறார். பில் எகிறியது. நாம் டென்ஷன் ஆகி, பயணத்தின் மூடை கெடுத்துக்கொள்ளக் கூடாது என அமைதியாக பில் செட்டில் செய்துவிட்டு, வழக்கம் போல காரை மாற்றி மாற்றி ஓட்டி வந்தோம். சென்னை திரும்ப இரவு ஆகி விட்டிருந்தது. நான்தான் ஓட்டிகொண்டு இருந்தேன். கிண்டி கத்திப்பாராவில் காரை நிறுத்தி அவரை எழுப்பினேன். கண்ணைக் கசக்கிக்கொண்டே இறங்கியவர், "வீட்ல டிராப் பண்ணுங்க சார்" என்றார் உரிமையோடு.

11

ஒரு பெண் ஹேண்டில்பார் நடுங்க சைக்கிளையோ, பைக்கையோ உருட்டிக் கொண்டிருப்பார். பின்னால் ஓர் ஆள் வேட்டியை மடித்துக் கட்டிக்கொண்டோ, பேன்ட்டைச் சுருட்டிவிட்டுக் கொண்டோ, அந்தப் பெண்ணுக்குப் பின்னால் வியர்க்க விறுவிறுக்க ஓடிக்கொண்டு இருப்பார். இந்தக் காட்சியில் எப்போதும் பெரும்பாலும் ஓட்டுபவர் பெண்ணாகவும், ஓடுபவர் ஆணாகவுமே இருப்பார்கள். ஆண் ஆண், பெண் பெண் அல்லது ஆண் ஓட்ட, பெண் பின்னால் ஓடி வருவதைக் காணவே முடியாது. என்றைக்கு ஓர் ஆண் வளைந்து நெளிந்து ஓட்டிக் கொண்டிருக்கையில், பின்னால் ஒரு பெண் ஓடிவருகிறாளோ, அன்றுதான் பெண்களுக்கு மோட்டார் சுதந்திரம் கிடைத்ததாகக் கூற முடியும்.

ஒரு பெண்ணுக்கு வாகனத்தை ஓட்டச் சொல்லிக்கொடுப்பதற்கு ஆர்வமாக முன் வருபவர், மாமா முறையாக இருப்பார் அல்லது நண்பராக இருந்து அடுத்த கட்டத்துக்கு முன்னேறிக்கொண்டு இருப்பார். அந்தக் காலத்தில் சில அப்பாவி ஜீவன்கள், "தம்பி, கொஞ்சம் பாப்பாவுக்கு சைக்கிள் ஓட்டச் சொல்லிக்

அராத்து

கொடுக்கிறியா?" என 'கண்ணா லட்டு தின்ன ஆசையா' என்றெல்லாம் கேட்காமல், லட்டை வாயில்வைத்து அழுத்திவிட்டுச் செல்வார்கள். அண்ணன் தம்பி இருக்கும் வீட்டில், இந்த அவுட்சோர்ஸிங் முறை நடைமுறைக்கு வராது. பாம்பின் கால் பாம்பறியும் என்பதால், அண்ணனோ தம்பியோ சிடுசிடுவெனத் திட்டிக்கொண்டே எரிச்சலுடன் சகோதரிகளுக்குக் கற்றுக்கொடுத்துவிடுவார்கள். பாசக்காரத் தந்தைகள் சிலர் கேரியரைப் பிடித்தபடி ஓடிக்கொண்டு இருப்பார்கள். சில தாத்தாக்கள்கூட பேத்தியின் பின்னால் ஓடி நான் பார்த்திருக்கிறேன்.

சிலர் சைக்கிள் ஓட்டச் சொல்லிக்கொடுத்து, காதல் வளர்த்து, கல்யாணம் செய்துகொண்டு பிள்ளை குட்டிகளும் பெற்றெடுத்துவிடுவர். ஆனால், அம்மணிக்கு சைக்கிள் மட்டும் ஓட்டத் தெரியாமலேயே இருக்கும். இதைப்போன்ற புனிதமான காதலால் சைக்கிளுக்குப் பெருமையே! இந்தப் பின்னணியில் நாம் வந்ததால்தான் இன்று, கார் ஓட்டச் சொல்லிக்கொடுக்கும் நிறுவனங்கள், 'லேடீஸ் டீச் லேடீஸ்' என பெரிதாக போர்டு வைத்து கஸ்டமர்களைக் கவர்கிறார்கள்.

என்னதான் இன்று பெண்கள் காரில் சீறிப் பாய்ந்தாலும், ஆட்டோமொபைலுக்கும் பெண்களுக்கும் ஜெனடிக்கலாகவே தூரம் கொஞ்சம் அதிகம்தான். ஒரு பொடியன் எப்போது சைக்கிள் ஓட்டக் கற்றுக்கொண்டான் என்பது தெரியவே தெரியாது. ஓரிரு நாட்கள் கண்களில் பட்டிருப்பான். அதற்குப் பிறகு, சாதாரணமாக ஓட்டிக்கொண்டு இருப்பான். ஒரு பெண் சைக்கிள் ஓட்டக் கற்றுக் கொள்வது, அந்த ஊருக்கே தெரியும். பைக், கார் என அனைத்து வாகனங்களுக்கும் இந்த விதி பொருந்தும்.

எல்எல்ஆர் என்பது 'லேனர்ஸ் லைசென்ஸ்.' வாகனங்களை ஓட்டக் கற்றுக்கொள்வதற்கான லைசென்ஸ். கற்றுக்கொள்ளும்போதும் 'எல்' போர்டு வாகனத்தில் இருக்க வேண்டும்; வாகனம் ஓட்டத் தெரிந்த ஒருவர் உடன் இருக்க வேண்டும். இந்த நடைமுறை பெரும்பாலும் வழக்கொழிந்துவிட்டது. பைக்கில் எப்போதாவது

இங்கு பஞ்சர் போடப்படும்

'எல்' போர்டு பார்த்திருக்கிறோமா? காரில்கூட மிகச் சிலதில் மட்டுமே எல் போர்டு பார்க்க முடியும். அவர்களும் வேறு எந்த காரும் தங்கள் கார் மீது மோதிவிடக் கூடாது என்ற உயர்ந்த எண்ணத்திலும், 'எல்' போர்டைப் பார்த்து மற்றவர்கள் பதறி விலக வேண்டும் என்ற நோக்கத்திலும்தான் அதை வைத்திருப்பார்கள். ஓட்டத் தெரிந்த யாரும் உடன் இருக்க மாட்டார்கள். டிராஃபிக் போலீஸும் 'எல்' போர்டு வாகனத்தை நிறுத்தச் சொன்னால், தன் மீதே மோதி பரலோகம் அனுப்பிவிடுவார்களோ என்கிற பயத்தில், நிறுத்தத் துணிவது இல்லை. அனைவருக்கும் உயிர் பயம் என்பது பொதுவானதுதானே?!

எது எப்படியோ, திருமணத்துக்கு முன்பு பெரும்பாலும் பெண்கள் கார் ஓட்டக் கற்றுக் கொள்வது இல்லை. சைக்கிள், ஸ்கூட்டர் வரை பிறந்த வீட்டு கோட்டாவில் கற்றுக்கொண்டுவிட்டு, கார் ஓட்டுவதை புகுந்த வீட்டு கோட்டாவிலேயே கற்றுக்கொள்கிறார்கள். அவர்கள் கற்றுக்கொள்ள ஆர்வம் காட்டுகிறார்களோ இல்லையோ, கணவர்களுக்குத் திடீரென ஒருநாள் பாசவெறி வந்து, "நீ கார் ஓட்டக் கத்துக்கணும் செல்லம்" என ஆரம்பித்துவைக்கிறார்கள்.

பெரும்பாலும் எந்தக் கணவரும் நேரடியாகத் தன் மனைவிக்கு கார் ஓட்டச் சொல்லிக் கொடுப்பது இல்லை. டிரைவிங் ஸ்கூல் மூலமாகத்தான் கற்றுக்கொடுக்க விரும்புகிறார்கள். ரேஷன் கார்டு வாங்க வேண்டும் என்றால், உணவுப் பொருள் வழங்கு துறை அலுவலகத்துக்குச் செல்வார்கள். டிரைவிங் லைசென்ஸ் வாங்க வேண்டும் என்றால், மக்கள் வட்டாரப் போக்குவரத்து அலுவலகத்துக்குத்தானே போக வேண்டும்? ஆனால், இதற்கு மட்டும் தனியார் டிரைவிங் ஸ்கூல்களுக்குக்குத்தான் எல்லோரும் போவார்கள்.

லைசென்ஸ் எடுக்க நீங்கள் டிரைவிங் ஸ்கூலுக்குச் சென்றால், ஜஸ்ட் உங்கள் கையெழுத்தை மட்டுமே போட வேண்டும். எவ்வளவு பணம் கொடுக்க வேண்டும் என்பதை நியாயமாகப் பிரித்து எழுதிக் காட்டி விடுவார்கள்.

இந்த டிரைவிங் ஸ்கூல் கார்களை அதிகாலை 6 மணி முதல் சாலைகளில் பார்க்கலாம். 30 டிகிரி சாய் கோணத்தில்

சென்றுகொண்டிருக்கும் அல்லது சர்க்கஸ் கார் போல குலுங்கிக் குதித்துச் சென்று கொண்டிருக்கும். இந்த கார்களில் ஆறு பேர் வரை அடைபட்டுக் கிடப்பார்கள். ஓட்டும் சீட்டில் மட்டுமின்றி பக்கத்தில் ஓட்டக் கற்றுக் கொடுக்கும் சீட்டுக்கு முன்பாகவும் கிளட்ச், பிரேக் எக்ஸ்ட்ராவாக இருக்கும். என்னதான் கற்றுக்கொள்பவர் கார் ஓட்டினாலும் கன்ட்ரோல் அவரிடம்தான் இருக்கும். இது தெரியாமல் பலர் கார் நன்றாக ஓட்டக் கற்றுக்கொண்டதாக பலரிடமும் பீற்றிக்கொள்வது உண்டு. இத்தகைய காரில் தூக்கக் கலக்கத்தோடு பத்தோடு பதினொன்றாக சம்பிரதாயத்துக்கு 10 நாள் ஸ்டீயரிங்கைப் பிடித்து, பதினோராவது நாள் 10 நிமிடங்கள் ரிவர்ஸ் எடுக்கக் கற்றுக்கொண்ட கையோடு, ஆர்டிஓவிடம் லைசென்ஸ் எடுக்கக் கொண்டுபோய் நிறுத்திவிடுவார்கள்.

நம் ஊரில் சுமாராக ஓட்டிக் காண்பித்தால்கூட சிலருக்கு லைசென்ஸ் கிடைத்துவிடுவதுதான் கொடுமை. ஹாரன் மட்டும் நன்றாக அடித்துக் காண்பித்தவர்களுக்கு எல்லாம் லைசென்ஸ் வழங்கி சாதனை படைத்திருக்கிறார்கள். எவ்வளவு முக்கியமான விஷயம் இது? இதில் ஏன் இவ்வளவு அலட்சியமாகச் செயல்படுகிறார்கள் எனத் தெரியவில்லை. நம் ஆட்களுக்கும் என்ன அவசரம் எனப் புரியவில்லை? நன்கு கற்றுக்கொண்டு பின் ஓட்டிக் காண்பித்து லைசென்ஸ் பெறலாமே?

ஓட்டத் தெரியாதவர்களால் மாட்டிக்கொண்ட அனுபவங்கள், பல... பல! லைசென்ஸ் வைத்திருப்பார்கள்; 'இடது காலால் கிளட்ச்சை மிதிக்கணும். வலது காலால் பிரேக்கையும் ஆக்ஸிலரேட்டரையும் மாத்தி மாத்தி மிதிக்கணும்' என தியரி எல்லாம் சரியாகச் சொல்வார்கள். நாமும் கார் ஓட்டத் தெரியுமா, தெரியாதா என ஒன்றும் தெரியாமல், சில நண்பர்களிடம் நம் காரைக் கொடுக்க வேண்டியிருக்கும்.

ஏறி அமர்ந்ததுமே, 'என்னா இது, கிளட்ச் ரஃப்பா இருக்கு' என ஆரம்பித்து, பேசிக் கொண்டே காரை சீறிப் பாய விட்டு டொக்கென ஆஃப் செய்து விடுவார்கள். 'ஏன் வண்டி ஆஃப் ஆவுது, இன்ஜின்ல ஏதாவது பிராப்ளமா? ஆயில் சேஞ்ச்

இங்கு பஞ்சர் போடப்படும்

பண்ணியா? பேட்டரி வீக்கா? பெட்ரோல் டேங்க்ல தண்ணி பூந்துடுச்சா? கிளட்ச் பிளேட் அவுட்டா?' என்று சரமாரியாகக் கேள்வி கேட்டுத் துளைத்து எடுப்பார்கள். 'ஏய்.. உனக்கு ஓட்டத் தெரியுமாடா?' என நாம் ஒரு கேள்வி கேட்காததால் வந்த வினை. மீண்டும் ஸ்டார்ட் செய்து கிளட்ச் பழகி, ஸ்டீயரிங் பழகி, பிரேக் பழகி என நம் கண் முன்னேயே கார் ஓட்டக் கற்றுக்கொள்வார்கள். கற்றுக் கொண்டே நமக்கும் சொல்லிக் கொடுப்பதுதான் வேதனையின் உச்சம்.

"மாப்ள, கியர் லீவரை இந்த ரெண்டு கையாலதான் புடிக்கணும், ஹேண்ட் பிரேக்கை இவ்ளோ அளவுக்குத்தான் தூக்கணும்" என எங்கேயோ படித்தவற்றை பல ஆண்டுகள் கார் ஓட்டிக்கொண்டு இருக்கும் நம் மீது வாந்தி எடுப்பார்கள். சிவப்பு விளக்கு எரிந்துகொண்டிருக்கும் வரையில் ஆஃப் ஆகாமல் கச்சிதமாக உருமிக்கொண்டு இருக்கும் காரை, கரெக்ட்டாகப் பச்சை விளக்கு போட்டதும் ஆஃப் செய்துவிடுவார்கள். காரைத் திரும்ப ஸ்டார்ட் செய்யாமல் ஜன்னலுக்கு வெளியே தலையைவிட்டு, பின்னால் கதறிக்கொண்டு இருக்கும் வாகனங்களைப் பொறுமை காக்கும்படி கைகளால் சைகை செய்துவிட்டு, கியரிலேயே வைத்து கிளட்ச்சை அழுத்தாமல் ஸ்டார்ட் செய்து காரைப் பாயவைத்து, மீண்டும் ஆஃப் செய்து என வேடிக்கை விளையாட்டு நடத்துவார்கள். காரை நம்மிடம் கொடுக்கச் சொன்னால், வீராப்பாகக் கொடுக்கவும் மாட்டார்கள்.

இவர்களின் கூத்து சிக்னலோடு நிற்காது. பெரிய மேம்பாலம் ஏறும்போது, முக்கால்வாசி ஏறியதும் தடுமாறி காரை நிற்கவைத்துவிடுவார்கள். கார் பின்னாலேயே போகும்போதும் பதறாமல், "மாப்ள ரிவர்ஸ் பாரு" என்பார்கள். ரயில்வே கேட்டை கிராஸ் செய்கிறேன் பேர்வழி என்று, நட்ட நடு தண்டவாளத்தில் கன ஜோராக காரை ஆஃப் செய்து போட்டுவிட்டு சுற்றும் முற்றும் பார்ப்பார்கள். ரெண்டு பக்கமும் ரயில் வந்து அந்த காரைத் தூக்க வேண்டும் என்பதுபோல வெறி வரும்.

12

கிராமங்களில், ஆடு சுவரில் முட்டிக்கொண்டு ஒரு மார்க்கமாக நின்றுகொண்டிருக்கும். அதேபோல், 'வேலி முட்டி' என்ற டானிக்கைக் குடித்துவிட்டு வேலியையோ, சுவரையோ முட்டிக் கொண்டு விசித்திரமான போஸில் குடிமகன்கள் நிற்பார்கள். இவற்றையெல்லாம் காணக் கொடுத்து வைக்காத நகரத்து மக்கள், எகனைமொகனையாக பார்க் செய்யப்பட்டு இருக்கும் கார்களைப் பார்த்து, மனதைத் தேற்றிக்கொள்ளலாம்.

தற்போது, பலருக்கு ஒரு குன்ஸாக கார் ஓட்டத் தெரிந்துவிடுகிறது. ஆனால், பார்க்கிங் செய்ய சுத்தமாகத் தெரியாது. பார்க்கிங் செய்ய டிரைவிங் நேர்த்தி வேண்டும். பார்க்கிங் செய்யத் தெரியாமல் பலர் ஏன் சொதப்புகிறார்கள் என்றால், பெரும்பாலும் இவர்களுக்கு பார்க்கிங் செய்தே பழக்கம் இல்லை. பல இடங்களில் வேலட் பார்க்கிங்; பல இடங்களில் பார்க்கிங் இல்லை. எப்படி பார்க்கிங் செய்து பழகுவது? கிடைத்த இடத்தில் முகத்தைத் திருப்பிக்கொண்டு காரை நிறுத்துவதற்குப் பெயர், பார்க்கிங் அல்ல.

முதன்முதலில் கார் ஓட்டக் கற்றுக் கொண்டு, ஓட்ட

ஆரம்பிப்பவர்கள் மற்ற கார்களையோ, சுவரையோ இடித்து டொக்கு வாங்குவதைவிட, பார்க்கிங் செய்யும்போது காரின் முகறையைப் பெயர்ப்பதுதான் வழக்கம். சிலருக்கு பார்க்கிங் என்றாலே டென்ஷன், அலர்ஜி, நடுக்கம் எல்லாம் ஒன்றாகச் சேர்ந்து. மூளையைச் சொறிந்துவிட்டு குத்து டான்ஸ் போடும். அப்படிப்பட்டவர்களை மால் பார்க்கிங்கில், சினிமா தியேட்டர் பார்க்கிங்கில் பார்த்திருக்கலாம். ரிவர்ஸ் கியரைப் போட்டுவிட்டு, அது பாட்டுக்கு 'நக்ச்ஷிக்கோ நக்ச்ஷிக்கோ நக்ச்ஷிக்கோ' என கத்திக்கொண்டு இருக்க... சம்பந்தப்பட்ட நபர், டிரைவர் சீட்டில் கால்கள் நடுங்க அமர்ந்துகொண்டு ஒன்றுமே செய்யாமல், ஸ்டீயரிங்கைப் பற்றியபடி தேவாங்குபோல அமர்ந்திருப்பதைக் காணலாம்.

பார்க்கிங்கை வைத்து பல காமெடி கூத்துக்கள் நம் ஊரில்தான் நடக்கும். பைக்கூட நுழைய முடியாத தெருவாக இருக்கும்; அந்தத் தெருவில் இருக்கும் அனைத்து வீடுகளின் முன்பும் 'டு நாட் பார்க் இன் ஃப்ரன்ட் ஆஃப் தி கேட்' என போர்டு மாட்டியிருக்கும்.

தொழிலதிபர்கள் முதல் தமிழக முதலமைச்சர் வரை வைத்தியம் பார்த்துக்கொள்ளும் சென்னையின் மிகப் பிரசித்தமான அந்த மருத்துவமனைக்கு என, பிரத்யேக பார்க்கிங் கிடையாது. மருத்துவமனைக்கு வெளியே ரோட்டின் ஓரம் இருக்கும் கார்ப்பரேஷன் பார்க்கிங்தான். அதிலும் பாதி பார்க்கிங்கை அந்த நிறுவனத்தின் நர்ஸிங் கல்லூரிப் பேருந்துகளும் ஆம்புலன்ஸுகளுமே ஆக்கிரமித்துக்கொள்ளும். வேலட் பார்க்கிங் என போர்டு வைத்து இருப்பார்கள். ஆளே இருக்க மாட்டார்கள். அப்படியே அங்கே ஆள் இருந்தாலும் அவருக்கும் நிறுத்த இடம் வேண்டும் அல்லவா? அவரால் மெரீனா பீச்சில்தான் கொண்டுபோய் நிறுத்த முடியும்.

பார்க்கிங்குக்கு 50 ரூபாய் முதல் 100 ரூபாய் வரை பணத்தை வாங்கிக் கொண்டு, 'பார்க்கிங் அட் ஓனர்ஸ் ரிஸ்க்' என கொட்டை எழுத்தில் எழுதி நக்கலடிப்பார்கள். ஓர் அலுவலகத்துக்கு காரில் செல்கையில், கேட்டினுள் காரின் பாதி நுழைந்ததுமே பேன்ட்

அவிழ்ந்து விழுவதுகூடக் கவனிக்காமல், பார்டர் செக்யூரிட்டி ஃபோர்ஸ் போல புயலெனப் பறந்துவருவார் செக்யூரிட்டி. நாம் ஏதோ படு கேவலமான காரியம் செய்து விட்டதைப்போல, காறி உமிழ்ந்துவிட்டு படு அலட்சியமாகத் திட்டுவார். 'வெளிய போங்க' என அதட்டலாகச் சொல்வார். எப்படி வந்தது இவருக்கு இவ்வளவு அதிகாரம் என வியப்பாக இருக்கும். பார்க்கிங் இடத்தைப் பாதுகாக்கிறார் அல்லவா? அதனால் கிடைத்த அதிகாரம்.

அபார்ட்மென்டில் சிலர் எதை வேண்டுமானாலும் தாரை வார்த்துக் கொடுத்துவிடுவார்கள். ஆனால், காரே இல்லை என்றாலும் அவர்களுடைய பார்க்கிங் ஸ்பேஸை மட்டும் விட்டுத் தரமாட்டார்கள். ஒரு நிமிடம்கூட அடுத்தவர் கார் நிற்க அங்கே அனுமதிக்க மறுப்பார்கள்.

மல்டிப்ளெக்ஸ் மாலுக்கு சினிமா பார்க்கச் சென்றால், உங்களின் டிக்கட் ரேட்டைவிட பார்க்கிங் ரேட் அதிகமாக இருக்கும். ஒரு புது மாலுக்குச் சென்றிருந்தேன். தரைத்தளம் மட்டுமின்றி, எட்டு மாடி பார்க்கிங் வசதி உள்ள மால். எல்லாம் நல்லாத்தான் போயிட்டு இருந்தது. ஷாப்பிங்கை முடித்துக்கொண்டு வெளியேறலாம் என காரை எடுத்தால்... நம்புங்கள், மெயின் ரோட்டை அடைய ஒன்றரை மணி நேரம் ஆனது. ஒன்றரை மணி நேரமும் மாலுக்குள்ளேயே ஆமை போல நகர்ந்து கொண்டேயிருந்தன கார்கள்.

என்னதான் உயிர் போகும் அவசரம் என்றாலும் வெளியேற முடியாத வண்ணம் ஜாங்கிரி போல பலரும் சிக்கிக்கொண்டனர். ஏன் இப்படி ஆனது? எப்போது இது சரியாகும் என்று விளக்கிச் சொல்லக்கூட ஆள் இல்லை. என்ன எழவு எனத் தெரியாமலேயே அனைவரும் எரிச்சலோடு அமர்ந்திருந்தனர். காருக்குள் அசதியில், பசி மயக்கத்தில் குழந்தைகள் தூங்கிவிட்டனர். வளைந்து நெளிந்து குகைக்குள் இருந்து வெளிவருவது போல, ஒருவழியாக வெளியேவந்து பார்த்தால், மாலில் இருந்து வெளியேறும் வாகனங்களை, மெயின் ரோட்டில் சடாரென குறுகலான ரோட்டின் மூலம் இணைத்திருந்ததால் டிராஃபிக்

ஜாம் ஆகி இருந்தது. அந்த மெயின் ரோடே சின்ன ரோடுதான். திடீரென அங்கே ஒரு மால் முளைத்து, இவ்வளவு கார்கள் படையெடுக்கும் என அந்த மெயின் ரோடு கனவில்கூட நினைத்துப் பார்த்திருக்காது. ஆனால், இந்த மாலுக்கு பெர்மிஷன் கொடுத்தவர்களுக்கு மிக நன்றாகத் தெரிந்திருக்கும்.

இவ்வளவு களேபரத்துக்கு இடையிலும் செக்போஸ்ட் வைத்து, மால் ஆட்கள் பார்க்கிங் கட்டணம் வசூலித்துக்கொண்டு இருந்தனர். காரை நிறுத்திவிட்டுக் கீழே இறங்கிக் கத்தினேன். 'ரெண்டு மணி நேரம் என்னை மாலுக்குள் சிறை வைத்துவிட்டீர்கள். நீங்கள்தான் நஷ்ட ஈடு தர வேண்டும். அதை விட்டுவிட்டு பார்க்கிங் சார்ஜ் வாங்கி இன்னும் தாமதப்படுத்துகிறீர்கள்' என்று சண்டை போட்டதும் செக்போஸ்ட் ஓப்பன் ஆனது.

தமிழில் பூங்கா, ஆங்கிலத்தில் பார்க். நம் ஆட்கள் பார்க் என்று இருப்பதால், அதை பார்க்கிங் செய்யும் இடம் என நினைத்துக்கொண்டு, அதைச் சுற்றிலும் பார்க்கிங் செய்து விடுவார்கள். அரசாங்கமும் அவ்வாறே கருதிக்கொண்டு, பார்க்கைச் சுற்றிலும் பார்க்கிங் டோக்கனுடன் ஆட்களை நிப்பாட்டிவிடும்.

ஏதேனும் எக்ஸிபிஷன், கிரிக்கெட் என நடந்தால், பார்க்கிங் மேனேஜ்மென்டைப் பார்த்து விழுந்து விழுந்து சிரிக்க வேண்டியதுதான். ஒரு சைன் போர்டும் இருக்காது. கும்மிருட்டில் தடவிக்கொண்டு போவதுபோல, மனம் போன போக்கில் போய்க்கொண்டே இருக்க வேண்டியதுதான். ஒரு உதவியும் ஏற்பாடு செய்திருக்க மாட்டார்கள். எங்கேனும் தெய்வாதீனமாக இடம் கிடைத்து பார்க்கிங் செய்த அடுத்த கணமே, டோக்கனுடன் அங்கே ஒருவர் பிரசன்னமாவது மட்டுமே இந்தியனின் பார்க்கிங் மேனேஜ்மென்ட் கான்செப்ட்.

தன் பங்குக்கு தானும் கொஞ்சம் காமெடி செய்யலாம் என முடிவெடுத்தது, ஏர்போர்ட் அத்தாரிட்டி ஆஃப் இந்தியா. ஊரெல்லாம் பார்க்கிங்குத்தானே கட்டணம் வசூலிக்கிறார்கள்? 'இங்கே மட்டும் பார்க் பண்ணு, பண்ணாமப் போ. உள்ளே வந்து அஞ்சு நிமிஷத்துக்குள்ள வெளியே போகலைன்னா, 135

ரூபா சார்ஜ். அதுவும் 10 நிமிடங்களுக்குள் வெளியேறினால்தான். இல்லைன்னா இன்னும் அதிகம். அவ்வளோ பெரிய ஏர்போர்ட்டில் நுழைந்து இறக்கிவிட்டோ, ஏற்றிக்கொண்டோ வெளியேற ஐந்து நிமிடங்கள் போதுமா? இதில் உச்சபட்ச காமெடி என்னவென்றால், உள்ளே கார்களுக்கான ஸ்பீடு லிமிட் மணிக்கு வெறும் 10 கிமீ வேகம்தான். இதனால், ஏர்போர்ட்டுக்கு வெளியே நூற்றுக்கணக்கில் கார்கள் வரிசை கட்டி நிற்கின்றன. சென்னையில் இருந்து வெளியூர் செல்லும் சாலை, தேவையில்லாமல் ஜாம் ஆகிறது. ஏர்போர்ட்டுக்கு உள்ளேயும் கால் டாக்ஸி டிரைவர்கள் ஐந்து நிமிடங்களுக்குள் வெளியேற வேண்டும் என்று பதட்டத்துடன் நடுநடுங்கியபடி ஓட்டுகின்றனர்.

ரயில் நிலையங்களை எடுத்துக்கொண்டால் பெங்களூர், ஹைதராபாத் எல்லாம் நல்ல பார்க்கிங் வசதிகளோடும், கார்கள் வந்துசெல்ல ஏதுவாகவும் இருக்கும். நம் ஊர் சென்ட்ரல் ரயில் நிலையத்தில், காரை உள்ளே நுழைப்பதே பெரும்பாடு. யாரையேனும் பிக் அப் செய்ய வந்திருந்தால், அவரை பிக் அப் செய்து காருக்குள் அடைத்து வெளியேறுவதற்குள், மேல் மூச்சு கீழ் மூச்சு வாங்கி உங்களுடைய நுரையீரல் வாய் வழியே வெளியே வந்துவிடும்.

தமிழ்நாட்டில், மக்களும் அரசாங்கத்துக்கும் நிறுவனங்களுக்கும் போட்டியாக பார்க்கிங் விஷயத்தில் எகிறி அடிக்கிறார்கள். கார் வைத்திருக்கும் 60 சதவிகிதம் ஆட்களுக்கு, வீட்டில் பார்க்கிங் இடம் இருக்காது. தங்கள் தெருவில் இருமருங்கிலும் கார்களை வரிசையாக பார்க்கிங் செய்துவைத்திருப்பார்கள். சிலருக்கு வீட்டினுள் பார்க்கிங் இடம் இருந்தாலும், வெளியேதான் விடுவார்கள். இல்லை என்றால், வேறு யாரேனும் அந்த இடத்தில் அவர்கள் காரை பார்க் செய்துவிடுவார்கள் என்ற தமிழருக்கே உரித்தான 'லேட்ரல் திங்கிங்' காரணம்.

கோடிகள் சர்வசாதாரணமாகப் புழங்கும் புகழ் பெற்ற திநகர் போன்ற இடத்திலேயே, அரசாங்கத்தால் இன்னும் ஒரு பார்க்கிங் ஏரியாவை உருவாக்க முடியவில்லை. மொத்தத் தமிழகத்துக்கும்

பார்க்கிங் வசதியை தமிழக அரசு எப்போது நிர்மாணித்துத் தரும் என்று யோசித்தால், மூளை ஆயில் தீர்ந்த இன்ஜின்போல சூடாகிறது. கொள்கை அளவில், தியரட்டிக்கலாகக்கூட அரசிடம் இதற்கென ஒரு ஐடியா இருப்பதுபோலத் தெரியவில்லை. இப்படியே போனால், டாஸ்மாக்கைவிட அதிக வருமானம் ஈட்டித் தரும் தொழிலாகிவிடும், டிராஃபிக் போலீஸ் தொழில்.

ஆம், நோ பார்க்கிங்கில் ஃபைன் போடுவது மூலம் கோடிக்கணக்கில் பணத்தை அள்ள முடியும். கார்கள் தினமும் பெருகிக்கொண்டே உள்ளன. கடமைக்கு ஆங்காங்கே ரோட்டின் ஓரம் சில இடங்களில் மட்டும் பார்க்கிங் போர்டு வைப்பதன் மூலம் தன் கடமை முடிந்துவிட்டதாக அரசு நினைக்கிறது. 'நோ பார்க்கிங்' போர்டுகள்தான் எங்கு நோக்கினும் தெரிகிறது.

தி.நகரில் ஒரு டயக்னாஸ்டிக் சென்டர் உள்ளது. என் அம்மாவுக்கு ரத்தப் பரிசோதனைக்காக அந்த டயக்னாஸ்டிக் சென்டரின் எதிரில் ரோட்டின் ஓரமாக காரை பார்க் செய்தேன். அது 'நோ பார்க்கிங்' என்பது எனக்குத் தெரியும். அந்த சென்டரில் கார் பார்க்கிங் வசதி இல்லை. அரசும் அந்த இடத்தைச் சுற்றி எங்கும் பார்க்கிங் வசதி செய்து கொடுத்திருக்கவில்லை. வேலை முடிந்து திரும்ப வந்து பார்த்தால், வீலில் லாக் போட்டிருந்தார்கள். அரை மணி நேரக் காத்திருத்தலுக்குப் பின்பு வந்து, லாக்கை அவிழ்த்து 100 ரூபாய் ஃபைன் போட்டனர். கட்டிவிட்டுக் கிளம்பினேன். அந்த மாதத்திலேயே அடுத்தடுத்து அதே இடத்துக்குச் செல்ல வேண்டி வந்தது. அதேபோல காரை அங்கேயே பார்க்கிங் செய்து, அவர்களும் லாக் போட்டு, ஃபைன் கட்டி, அதே கதையே தொடர்ந்தது. மூன்றாவது முறை சார்ஜன்ட் என்னை அடையாளம் கண்டுகொண்டார்.

"ஏன் சார்? அதான் லாக் போடறோமே, திரும்பத் திரும்ப இங்கயே ஏன் நிறுத்தறீங்க?"

"பக்கத்துல ரெண்டு கிலோ மீட்டர் வரைக்கும் பார்க்கிங் செய்ய இடம் இல்லை. அதுவும் இல்லாம இப்ப எல்லாம் மல்ட்டி ப்ளக்ஸ்ல நிறுத்தினாலும் 100 ரூபாய் ஆயிடுது. இங்க லாக் வேற போட்டு ரொம்ப பாதுகாப்பா காரைப் பார்த்துக்கறீங்க. அதான்

அராத்து

சந்தோஷமா 100 ரூபாய் பார்க்கிங் சார்ஜ் கொடுத்துடலாம்னு.... வேற வழியும் இல்லை சார்..." என்றேன்.

தொப்பியைக் கழற்றி தலைக்குக் காற்று வருவதுபோல விசிறிக்கொள்ள ஆரம்பித்தார்.

(பார்க் பண்ணியாச்சு)

13

எலக்ஷன் கார்டு வாங்கணும்னா எங்க போவீங்க? தாசில்தார் ஆஃபீஸுக்கோ எலக்ஷன் கார்ட் கேம்ப் நடக்கும் இடத்துக்கோ போகலாம். ரேஷன் கார்டு வாங்கணும்னா உணவுப்பொருள் வழங்கும் துறை அலுவலகத்திற்கு செல்வார்கள். டிரைவிங் லைசென்ஸ் வாங்க வேண்டும் என்றால் மக்கள் ஆர்டிஓ அலுவலகத்திற்குத்தானே போகவேண்டும்? ஆனால் மக்கள் செல்வது எங்கே தெரியுமா? பிரைவேட் டிரைவிங் ஸ்கூல்களுக்கு. கவுண்டமணி செந்தில் கூட்டணியைப்போன்றது இந்த ஆர்டிஓ டிரைவிங் பள்ளி கூட்டணி. பல ஆர்டிஓ அலுவலகங்களில் நீங்கள் நேரில் சென்று விண்ணப்பம் கேட்டால் தர மாட்டார்கள். ஒரு டிரைவிங் பள்ளி முகவரியை பொறுப்பாக கொடுத்து அந்த டிரைவிங் பள்ளிதான் அரசாங்க ஏஜண்ட் போன்ற ஒரு தோற்றத்தை உருவாக்குவார்கள். அப்படியே விண்ணப்பத்தை கொடுத்தாலும் உங்களால் அதை தவறு இல்லாமல் பூர்த்தி செய்து கொடுக்கவே முடியாது. விண்ணப்பத்தில் தவறு கண்டு பிடிப்பதற்கென்றே தனிப்பயிற்சி பெற்றவர் விண்ணப்பத்தை நிராகரித்துக்கொண்டே இருப்பார். இதே நீங்கள் டிரைவிங் பள்ளிக்கு சென்றால் ஜஸ்ட் உங்கள் கையெழுத்தை மட்டுமே

போட வேண்டும்.எவ்வளவு பணம் கொடுக்க வேண்டும் என்பதை நியாயமாக பிரித்து எழுதி காட்டிவிடுவார்கள். இவர்கள் ஆர்டிஓக்களின் லஞ்ச ஏஜண்டுகள். ஆர்டிஓ நேரடியாக லஞ்சம் வாங்க வேண்டியதில்லை, அதனால் இவர்களை லஞ்ச ஒழிப்பு துறையால் அடிக்கடி கைது செய்ய முடியாது.

அன்னா ஹஜாரே கோஷ்டியில் நீங்கள் ஒருவராக இருந்தாலும் லைசென்ஸ் எடுக்கவேண்டும் என வந்து விட்டால் உங்கள் கொள்கைகளையெல்லாம் தூக்கி கதர் குல்லாவுக்குள் சொருகிவிட்டு டிரைவிங் ஸ்கூல் மூலமாகத்தான் செல்ல வேண்டியிருக்கும். இல்லையெனில் எக்கச்செக்க நேர விரயம், மன உளைச்சல். உங்கள் அலைச்சல், நீங்கள் அலுவலகத்திற்கு விடுமுறை போட்டது என அனைத்தையும் கணக்கிட்டால் டிரைவிங் ஸ்கூலில் கேட்பதை விட அதிகமாகி இருக்கும். அதனால் இதை நேரடியாக லஞ்சம் என சொல்லக்கூடாது என்பது ஆர்டிஓ மற்றும் டிரைவிங் ஸ்கூல்களின் வாதம். இது இருவருக்கும் வின் - வின் சிச்சுவேஷன். உங்களுக்கு வேலை சுலபமாக முடிகிறது அவர்களுக்கு கொஞ்சூண்டு அற்ப பணம் கிடைக்கிறது.

டிரைவிங் ஸ்கூலுக்கு சென்று பணம் கட்டும் வைபவம் ஒரு பீடி வாங்கும் கால அளவில் வைத்திருப்பதுதான் சிறப்பு.ஒரு செகண்டில் பணத்தை வாங்கிக்கொண்டு, உங்களின் கையெழுத்தை பெற்றுக்கொண்டு நாளை காலை ஆர்டிஓ அலுவலகத்திற்கு வந்துடுங்க, எக்ஸாம் இருக்கு என கடைவாயால் அலட்சியமாக சொல்வார். அந்த பரீட்சையில் 10 கேள்விகள் செலக்ட் தி பெஸ்ட் ஆன்ஸர் டைப்பில் கேட்கப்பட்டிருக்கும். காப்பி அடிக்கலாம், யாரிடமாவது கேட்டு எழுதலாம், வேறு யாரோ கூட எழுதலாம். எதற்கு இந்த பரீட்சை வைக்கிறார்கள் என்று தெரியவில்லை. டிரைவிங் பள்ளி மூலம் சென்றால் இந்த பரீட்சையில் நீங்கள் ஃபர்ஸ்ட் கிளாஸ் அல்லது டிஸ்டிங்ஷனில் பாஸ் செய்ய முடியும். நேரடியாக சென்றால் ஃபெயில் ஆகி விடுவீர்கள். வெளிநாட்டில் லைசன்ஸ் பெறுவதற்கு முன்பு வைக்கப்படும் பரீட்சையை ஒப்பிட்டுப்பார்த்தால் சிரிப்புதான் வருகிறது. வெளிநாட்டில் ஐயேஎஸ் பரீட்சைக்கு படிப்பது போல தீவிரமாக படிக்கிறார்கள்.

படு நுணுக்கமான கேள்விகள் கேட்கப்படுகின்றன. ஒரு முறை தேர்வில் தோல்வியடைந்து விட்டால் பெரும்பணம் காலி. திரும்பவும் பணம் கட்டி பரீட்சை எழுத வேண்டும். இங்கே இந்த தொல்லையெல்லாம் இல்லாமல் சொற்ப பணத்தை லஞ் சமாக கொடுத்துவிட்டால் சடுதியில் டிஸ்டிங்ஷனில் பாஸ் செய்து மறுநாள் மாலையே எல்எல்ஆர்-ஐ சம்மந்தப்பட்ட டிரைவிங் பள்ளியிலேயே வாங்கிக்கொள்ளலாம்.

எல்எல்ஆர் என்பது லேனர்ஸ் லைசன்ஸ். வண்டிகளை ஓட்ட கற்றுக்கொள்வதற்கான லைசன்ஸ். வண்டியினை ஓட்ட கற்றுக்கொள்ளும்போதும் "L" போர்டை வண்டியினில் மாட்டிக்கொண்டுதான் ஓட்ட கற்றுக்கொள்ள வேண்டும்.வண்டி ஓட்டத்தெரிந்த ஒருவர் கூட இருக்க வேண்டும். இந்த நடைமுறை வழக்கொழிந்து விட்டது நாம் அனைவரும் அறிந்ததே. பைக்கில் எப்போதாவது L போர்டு பார்த்திருக்கிறோமா? காரில் கூட மிகச்சில கார்களில் மட்டுமே L போர்டு பார்க்க முடியும். அவர்களும் வேறு எந்த காரும் தங்கள் கார் மீது மோதி விடக்கூடாது என்ற உயர்ந்த எண்னத்திலும் L போர்டை பார்த்து மற்றவர்கள் பதறி விலக வேண்டும் என்ற நோக்கத்திலும்தான் அதை வைத்திருப்பார்கள்.ஓட்டத்தெரிந்த யாரும் கூட இருக்க மாட்டார்கள். டிராஃபிக் போலீஸும் L போர்டு வண்டியை நிறுத்தச்சொன்னால் தன் மீதே மோதி பரலோகம் அனுப்பி விடும் அபாயம் இருப்பதால் நிறுத்த துணிவதில்லை.அனைவருக்கும் உயிர் பயம் என்பது பொதுவானதுதானே!

கார் ஓட்டக்கற்றுக்கொள்ள சிலர் டிரைவிங் ஸ்கூலில் பேக்கேஜாக பணம் கட்டி சேர்வதுண்டு.குறிப்பாக பெண்கள் அதிகம் சேர்வார்கள். இந்த டிரைவிங் ஸ்கூல் கார்களை அதிகாலை 6 மணி முதல் சாலைகளில் பார்க்கலாம். முப்பது டிகிரி சாய் கோணத்தில் சென்றுகொண்டிருக்கும் அல்லது சர்க்கஸ் கார் போல குலுங்கி குதித்து சென்றுகொண்டிருக்கும். இந்த கார்களில் 6 பேர் வரை அடைபட்டுகிடப்பார்கள். ஓட்டும் சீட்டில் மட்டுமன்றி பக்கத்தில் ஓட்ட கற்றுக்கொடுக்கும் சீட்டிற்கு முன்பாகவும் க்ளட்ச், பிரேக் எக்ஸ்டிராவாக இருக்கும். என்னதான் கற்றுக்கொள்பவர் வண்டி ஓட்டினாலும் கண்ட்ரோல்

அவரிடம்தான் இருக்கும். இது தெரியாமல் பலர் கார் நன்றாக ஓட்டக்கற்றுக் கொண்டதாக பலரிடமும் பீற்றிக்கொள்வதுண்டு. இத்தகைய காரில் தூக்கக் கலக்கத்தோடு பத்தோடு பதினொன்றாக சமிரதாயத்திற்கு 10 நாள் ஸ்டியரிங்க் பிடித்து பதினோராவது நாள் 10 நிமிடம் ரிவர்ஸ் எடுக்க கற்றுக்கொண்ட கையோடு ஆர்டிஓ விடம் லைஸென்ஸ் எடுக்க கொண்டு போய் நிறுத்தி விடுவார்கள்.

ஓஸாமா பின்லேடனை முதன் முதல் சந்திக்கப்போகும் கடைநிலை தீவிரவாதிக்கு எப்படியெல்லாம் நடந்துகொள்ள வேண்டும், என்னவெல்லாம் செய்ய வேண்டும் என சொல்லிக் கொடுப்பார்களோ அதைவிட அதிகமாக இன்ஸ்ட்ரகஷன் கொடுப்பார்கள். ஆர்டிஓவைப்பற்றி சக்கையாக பில்ட் அப் கொடுப்பார்கள். சினிமா படத்தில் ஹீரோ ஓப்பனிங்கை விட ஆர்டிஓ வரும்போது ஓப்பனிங்க் பலமாக இருக்கும். திடீரென ஒரு பேரமைதி உருவாகும். கன்னாபின்னாவென கூடியிருந்த கூட்டம் ஒரு ஒழுங்குக்குள் வரும். பல வரிசைகள் நொடியில் உருவாவது பார்க்க கம்பியூட்டர் கிராஃபிக்ஸ் போலவே இருக்கும். பல ப்ரோக்கர்களும் ஏஜண்டுகளும் போட்டி போட்டுக்கொண்டு ஒழுங்குபடுத்துவதில் வாலண்டியர்களாக செயல்படுவார்கள். தங்களுக்குள் சண்டையிட்டுக்கொள்வார்கள், அடுத்த கணமே சமாதானமாவார்கள், எல்லாம் ஆர்டிஓ மகிமைதான். கடைசியாக இப்படி சொல்வார்கள்,

ஆர்டிஓ வந்துட்டு மூட் அவுட் ஆயி போயிட்டார்னா தெரியும்!

ஆர்டிஓ வந்து மூட் ஆகிப்போனால்? என்னா ஆகும்?

நம்பருக்காக நிற்கும் புது லாரிகள், பஸ்கள், கார்கள், பைக்குகள் ஒரு பக்கம், எஃப் சி வாங்க நிற்கும் வாகனங்கள் ஒரு பக்கம், பைக் லைசென்ஸ் எடுக்க காத்திருக்கும் கூட்டம் ஒரு பக்கம், கார் லைசன்ஸ் எடுக்க கால் கடுக்க நின்றிருக்கும் மக்கள் ஒரு பக்கம்.

ஆர்டிஓ மூட் அவுட் ஆனால் இவர்கள் எல்லோரும் வீட்டுக்கு போக வேண்டியதுதான். இன்று டிரான்ஸாக்ஷன் ஆக வேண்டிய

சில லட்சங்கள் நின்று விடும். ஏஜண்டுகளுக்கு கடும் நஷ்டம் உண்டாகும். அதனாலேயே ஆர்டிஓ மூட் அவுட் ஆகாமல் பார்த்துக்கொள்வதே ஏஜண்டுகளின் தலையாய பணி.

உண்மையில் அந்த கிரவுண்டில் ஆர்டிஓ வந்ததும் சிஸ்டமேடிக்காக வேலை ஆரம்பிக்கும். ஒரு நிமிடம் கூட ஆர்டிஓ காத்திருக்கும்படி இல்லாமல் தெளிவாக எல்லாம் ப்ரோக்ராம் செய்யப்பட்டிருக்கும். புது பைக்குக்கு நம்பர் அலார்ட் செய்யும் வேலை என்றால், ஆர்டிஓ அங்கே வருவதற்கு முன்பாகவே ஃபைல்கள் வரிசையாக அடுக்கப்பட்டிருக்கும். அந்த ஃபைல்கள் கவனமாக பூர்த்தி செய்யப்பட்டிருக்கும். பைக்குகளும் வரிசையாக நிற்க வைக்கப்பட்டிருக்கும். ஆர்டிஓ ரெடி வரலாம் என சொல்லியதும், ஒவ்வொரு பைக்காக அவர் அவருகில் வரும், 5 செகண்ட்தான், வேலை முடிந்து விடும். அடுத்தடுத்த பைக்குகள் என 100 பைக் இருந்தாலும் 1 மணி நேரத்திற்குள் 100 பைக் வேலையை முடித்து விட்டு அநாயாசமாக அடுத்த வேலைக்கு செல்வார் ஆர்டிஓ. ஒரு அரசாங்க அலுவலகத்தில் இந்தளவு வேலை சுறுசுறுப்பாக நடப்பது சாதனைதானே. ஏஜண்ட்டுகளும் புரோக்கர்களும் வேலையை வேகமாக நடக்கும்படி டியூன் செய்து வைத்துள்ளனர். இவர்கள் இல்லையெனில் ஆர்டிஓ அலுவலகமே ஸ்தம்பித்து விடும். வேலையும் தேங்கி விடும். இந்த அளவுக்கு திட்டமிட்டு வேகமாக வேலை செய்ய அரசாங்கத்தில் ஆள் இல்லை.

பைக் லைசன்ஸ் எடுக்க வேண்டும் எனில், வரிசையாக பெயர்களை அழைப்பார்கள். வரலாற்றில் இடம்பிடித்து விட்ட 8 போட்டுகாட்ட சொல்வார்கள். ஆர்டிஓ அல்லது பிரேக் இன்ஸ்பெக்டர் அசிரத்தையாக அதைப் பார்த்துக்கொண்டு இருப்பார். டிரைவிங் ஸ்கூல் மூலம் வராத ஆள் யாரேனும் இருந்தால், அவரை மட்டும் விலுக்கென நிமிர்ந்து கண் கொத்தி பாம்பாக பார்ப்பார். அந்த நபர் சிரித்தால் கூட, பைக் ஓட்டும்போது என்னா சிரிப்பு என கூறி ரிஜக்ட் செய்து விடுவார். பைக் லைசென்ஸ் வாங்குவது சப்பை மேட்டர். அதிலும் கைனடிக் ஹோண்டாவை ஓட்டிக்காட்டி பைக் வித் கியர் லைசென்ஸ் வாங்கும் கொடுமையெல்லாம் நடந்தது. சில பெண்கள்தான் இவர்கள் கொடுக்கும் பில்ட் அப்பை

பார்த்து நடுநடுங்கி 8 போட்டு காட்டுவதற்கு பதில் 88 போட்டு காட்டுவார்கள். லைசன்ஸ் வாங்கிய பிறகு ஸ்கூட்டியிலேயே 100 கிமீ ஸ்பீடில் பறப்பது தனிக்கதை.

இந்த வைபவத்தை முடித்து விட்டு காரில் ஏறி அமர்வார் ஆர்டிஓ. அவர் பக்கத்தில் அமர்ந்திருக்க காரை ஓட்டிக் காட்ட வேண்டும். அவர் உயிரை பணயம் வைத்து ஏறி அமர்ந்திருப்பதை இந்த இடத்தில் மட்டும் பாராட்டித்தான் ஆக வேண்டும். ஏ.ஆர். ரஹ்மான் பக்கத்தில் அமர்ந்து இசை கற்கும் மாணவனிடம் ஒரு டியூன் போட சொன்னால் அவனுக்கு எப்படி இருக்கும்? அந்த மனநிலையில் ஓட்டிக்காட்ட வேண்டியவர் அமர்ந்திருப்பார். பலருக்கு க்ளட்சில் வைத்திருக்கும் கால்கள் வெடவெடவென ஆடியபடி இருக்கும். பிரேக் அடிப்பதற்கு பதில் ஹாரன் அடிப்பவர்களெல்லாம் இருக்கிறார்கள். ஆர்டிஓ எந்த பதட்டமும் இல்லாமல் எதோ ஃபைலை நோண்டியபடியே ஓட்டலாம் என்பார்.

வண்டி அதிக ஆர்பிஎம்மில் கதறும் ஆனால் நகராது. க்ளட்சை விட்டால்தானே? ஒரு வழியாய் ராக்கெட் கிளம்புவது போல புகையை கக்கியபடி கிளம்பும். ஆர்டிஓ அவருக்கு இருக்கும் அனுபவத்தின் மூலம் கார் இடதுபுறமாக திரும்பும் நேரத்தில் லெஃப்ட் என்பார், வலது புறமாக திரும்பப்போகிறது என்றால் ரைட் என சொல்லிக்கொள்வார். வண்டியும் இடமும் வலமுமாக வளைந்து நெளிந்து செல்லும். ஆர்டிஓ நிறுத்துங்கள் என்று சொன்னதும் இடதுபுற இண்டிகேட்டரை போட்டு இடது பக்கமாக வண்டியை ஒதுக்கி நிறுத்த வேண்டும் என்ற ஒரு திருமந்திரத்தை மட்டும் டிரைவிங் ஸ்கூலில் பல முறை சொல்லியிருப்பார்கள். பல முறை கேட்டிருந்தும் ஆர்டிஓ நிறுத்த சொன்னதும், இண்டிகேட்டருக்கு பதில் வைப்பரை போட்டு விட்டு விழி பிதுங்கி நிற்கும் ஆட்கள் இருக்கத்தான் செய்கிறார்கள்.

டிரைவிங் ஸ்கூல் மூலமாக சென்றதால் சுமாராக ஓட்டி காண்பித்தால் கூட லைசன்ஸ் கிடைத்து விடும். ஹாரன் மட்டும் நன்றாக அடித்து காண்பித்தவர்களுக்கு எல்லாம்

லைசன்ஸ் வழங்கி சாதனை படைத்திருக்கிறார்கள்.எவ்வளவு முக்கியமான விஷயம் இது? இதில் ஏன் இவ்வளவு அலட்சியமாக செயல்படுகிறார்கள் என தெரியவில்லை. நம் ஆட்களுக்கும் என்ன அவசரம் என புரியவில்லை? நன்கு கற்றுக்கொண்டு பின் ஓட்டி காண்பித்து லைசன்ஸ் பெறலாமே?

இவர்கள் லைசன்ஸ் கொடுத்தவர்களை அழைத்து மறுநாள் ஆளுக்கொரு காரை கொடுத்து ஊரின் மெயின் ரோட்டில் ஓட்ட சொன்னால் என்ன நடக்கும் தெரியுமா? பலரால் காரை நகர்த்தவே முடியாது. சிலர் காரை எடுத்து ஓட்டி அதே ஸ்பீடில் எங்கேனும் கொண்டு சென்று மோதுவார்கள். சிலருக்கு ஸ்டார்ட் செய்யவே தெரியாமல் தடுமாறுவதும் நடக்கும். குறிப்பாக பல பெண்கள் லைசன்ஸ் வாங்க ஓட்டிக்காட்டியதுதான் வாழ்கையில் அவர்கள் காரை தொட்ட கடைசி தினமாக ஆகிவிடும். அவர்களின் லைசன்ஸ் வெறும் ஐடி ப்ரூஃபாக பயன்பட்டுக்கொண்டு இருக்கும்.

நான் பல ஊர்கள் மாறிக்கொண்டிருந்ததால் ஒரு விலாசத்தை கொடுத்து லைஸன்ஸ் எடுக்கமுடியாமல் சிரமமாக இருந்தது. என்னுடைய அலட்சியமும் ஒரு காரணம் என ஒத்துக்கொள்ள வேண்டும். லைசன்ஸ் வாங்குவதற்கு முன்பே கார் வாங்கி விட்டேன். டிரைவிங் ஸ்கூலிலெல்லாம் சேராமல் என் காரிலேயே பக்கத்தில் ஓட்டத்தெரிந்த நண்பனை வைத்து 3 இரவுகளில் கார் ஓட்ட கற்றுக்கொண்டு நான்காவது நாள் சென்னையில் இருந்து 250 கிலோ மீட்டர் தூரமுள்ள வெளியூர் ஓட்டிக்கொண்டு சென்று விட்டேன். இப்படியே நான்கு வருடங்கள் காரை மூடித்திறப்பதற்குள் ஓடிவிட்டன. அதற்குள் பெங்களூர், மைசூர், கூர்க், ஊட்டி, கொடைக்கானல் என சுற்றாத ஊர் இல்லை. அப்போதெல்லாம் காரை யாரும் நிறுத்தி லைசென்ஸ் கேட்க மாட்டார்கள். அப்படியே கேட்டாலும் பர்ஸை பின் பாக்கெட்டில் இருந்து எடுப்பதற்குள், இது ஓகே, பேப்பர்ஸ் எடு என்பார்கள். பெங்களூர் ஹை வேஸில் ஒருமுறை நான் லைசன்ஸ் என்று சொல்லி கொடுத்த என் கம்பனி ஐடி கார்டை ஒரு ஆந்திர கான்ஸ்டபிள் பார்த்துவிட்டு திருப்தியாக திருப்பி கொடுத்தார். எல்லோம் சாரியா வச்சீர்க, ஏதாவது டீ சாப்ட

ஏற்பாடு பண்ணி போ சார் என்றார். பெங்களூர் டூ சென்னை 4 மணி நேரத்தில் வந்திருக்கிறேன். ஊட்டி குக்கிராமங்களில் 4 வீல் டிரைவ் மட்டுமே ஏறும் ரோடுகளில் செடானை ஏற்றி இருக்கிறேன். இதுவரை என் டிரைவிங்கில் ஒரு ஓணான் கூட செத்ததில்லை, ஒரு அணிலுக்கு கூட அடிபட்டதில்லை.

இப்படியான நான் எப்படியோ, எதோ ஒரு விலாசத்தை ரெடி செய்தபின் (ஹி ஹி கல்யாணம் ஆயிடிச்சி) டிரைவிங்க் ஸ்கூல் மூலம் விண்ணப்பிக்காமல் தனியே விண்ணப்பித்தேன். பல காமடி அலைச்சலுக்கு பிறகு எல்எல்ஆர் எடுத்துவிட்டேன். ஓட்டிக்காட்ட வேண்டிய திருநாள் வந்தது. பலர் டிரைவிங்க் என்ற பெயரில் அடிக்கும் கூத்துக்களை பார்த்தபடியே வெகு நேரம் காத்திருந்தேன். என் முறையும் வந்தது.

நான் என் காரையே எடுத்துச் சென்றிருந்தேன். அதில் பக்கத்தில் வந்து அமர்ந்த ஐயா, எடுத்தவுடனே சிக்ஸர் அடிக்க வேண்டிய ஆர்வத்தில் எல் போர்டே இல்லாம வண்டியை எடுத்து வந்திருக்கீங்க என்றார்?

என் வண்டி இல்ல சார், ஃபிரண்டு வண்டி.

நீங்க தானே ஓட்டிட்டு வந்தீங்க?

இல்ல சார், ஃபிரண்டு.

முறைத்துவிட்டு, எடுங்க வண்டியை என்றார். அவருக்கு இருந்த கடுப்புக்கு காரிலேயே 8 போட சொல்லும் மூடில் இருக்கிறார் என என்னால் புரிந்துகொள்ள முடிந்தது. காரை மிதமான வேகத்தில் கியர் மாற்றி ஓட்ட ஆரம்பித்தேன்.

ஏன் இப்படி ரஃபா கியர் போடறீங்க?

டிரைவிங்க் ஸ்மூத்தா இல்லையே? வண்டி ஜம்ப் ஆவுதே? க்ளட்சை ஸ்லோவாதானே ரிலீஸ் பண்ணனும்? ஸ்டியரிங்க் ஏன் துடிக்கிது? இப்படி ஏதேதோ குறை சொல்லிக்கொண்டே வந்தவர், ஏசி போடுங்க என்றார்.

நான் பதூசாக இடப்பக்க இண்டிகேட்டரை போட்டு ரியர் வியூ மிர்ரர், செண்டர் மிர்ரர் எல்லாம் பார்த்து பொறுமையாக காரை ஓரங்கட்டி நிறுத்தி, ஹேண்ட் பிரேக் போட்டு விட்டு, பார்க்கிங் லைட்டை எரிய விட்டுவிட்டு ஏசியை மெதுவாக ஆன் செய்தேன். பின் ஹேன்ட்பிரேக்கை எடுத்து, வலப்பக்க இண்டிகேட்டரை போட்டு விட்டு, பார்க்கிங் லைட்டை அணைத்து, வண்டியை நகர்த்த எத்தனித்த போது, நான் மினிஸ்டர் பிரதர்தான் சார் என்றேன்.

நிறுத்துங்க என கூறி இறங்கி விட்டார். வேறு யாரையோ திட்டிக்கொண்டே நடந்து சென்றுகொண்டிருந்தார்.

அராத்து பாண்டிச்சேரியில் பிறந்து, கடலூர் மாவட்டம் புவனகிரியில் வளர்ந்தவர். சமூக வலைத்தளங்களில் தொடர்ந்து எழுதி வருவதன் மூலம் கவனம் பெற்றவர். நீயா நானா உட்பட பல தொலைக்காட்சி விவாதங்களில் கலந்து கொண்டிருக்கிறார். விகடன், குமுதம் மற்றும் அந்திமழையில் இவரது சிறுகதைகள் வெளிவந்து இருக்கின்றன.

மென்பொருள் துறையில் டிரெயினிங் - கன்சல்டிங் நிறுவனம் நடத்தி வரும் இவர், தொழில்முறை எழுத்தாளர் அல்ல. பொழுதுபோக்குக்காக எழுதுபவர். இவர் இதுவரை எந்த விருதும் வாங்கியதில்லை!

வெளிவந்துள்ள இவரது நூல்கள்

1. பிரேக்-அப் குறுங்கதைகள்
2. தற்கொலைக் குறுங்கதைகள்
3. அராஜகம் 1000 - ட்வீட் தொகுப்பு
4. உயிர் மெய் - நாவல்
5. காட்டுப்பள்ளி - குழந்தைகள் நாவல்
6. ஆழி டைம்ஸ் - குழந்தை குறும்புகள்
7. நள்ளிரவின் நடனங்கள் - சிறுகதைகள்
8. சயனைட் குறுங்கதைகள்